Nốt Nhạc Vút Cao

Nhà Xuất Bản Nhân Ảnh

ISBN: 9781990434310
Dàn trang: Nguyễn Thành
Hình bìa trước: Cô Gái Lá Sen- Tranh Lê Hà
Hình tác giả bìa sau: Tranh vẽ của Vũ Tiến Thuỷ
In tại Hoa Kỳ
Đã xuất bản: Hoa Trầm Tưởng (Thơ)

Nốt Nhạc Vút Cao

Hồi ký

Cao Thu Cúc

NHÂN ẢNH
2021

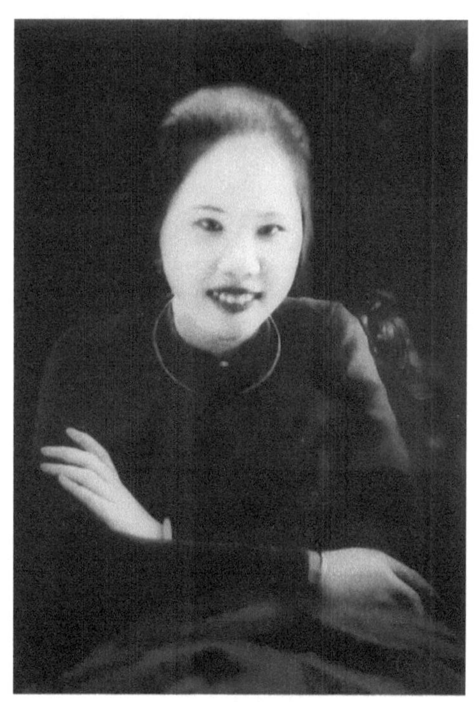

Mẹ tôi năm 19 tuổi

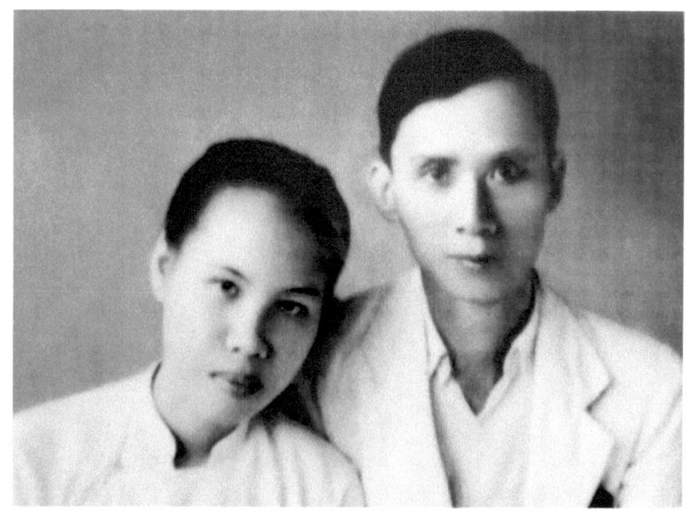

Ba Me tôi năm 1948

Chị Quế Hương năm 18 tuổi

Năm tôi 17 tuổi

Kính Dâng Hương Hồn Ông Bà Ngoại
Và Ba Me

Mục Lục

LỬA

1- Con đường Nam Mai | 11

2- Quảng Trị mờ khói lửa | 14

3- Thăm vườn xưa. Thăm lại vườn xưa | 20

4- Ngôi nhà cổ | 21

5- Ông Cố | 25

6- Ông Ngoại | 27

7- Gia đình đầm ấm đông vui | 29

8- Dì Vân | 36

9- Ngọn lửa hồng | 39

10- Huế quê Ngoại | 42

TƠ

11- Mẹ tôi | 45

12- Con đường tử thần | 48

13- Bồng Sơn xứ mít xứ dừa | 54

14- Quê nội | 57

15- Ngôi nhà ba gian hai chái – Dân Nẫu | 59

16- Sống đời nông dân | 62

17- Làm ruộng – Cấy lúa – Lỗ mội | 63

18- Trồng mía ép mía | 71

19- Nuôi tằm kéo tơ | 73

20- Trồng bông dệt vải | 76

21- Ngày mùa | 79

22- Tết quê tôi | 82

23- Cây nêu ngày Tết | 85
24- Hát bài chòi | 87
25- Hát bội | 89
26- Trường làng tôi | 91
27- Trò chơi tuổi thơ | 97
28- Giữ lửa | 100
29- Đồng hồ mặt trời | 102
30- Ánh trăng ngà và chú Cuội già | 105
31- Vui buồn cùng vạn vật | 109
32- Chạy giặc | 112
33- Anh bộ đội quốc gia | 115
34- Nhà mới | 119
35- Sóng lưỡi búa | 124
36- Mẹ | 130

NƯỚC

37- Khóc Tăng Bạt Hổ | 133
38- Giấc mơ của Bờm | 134
39- Quê hương ngày về | 145
40- Hát Bội Bình Định giữa thung lũng Hoa Vàng | 153
41- Hương vị bốn mùa | 158
42- Tiếng rao quê mẹ | 166
43- Cát Đá và Hoa | 173

LỬA

1. **Con Đường Nam Mai**

Ngọ Môn năm cửa chín lầu,
Cột cờ ba cấp Phu Văn Lâu hai tầng.

Đó là kinh thành Huế.

Kinh thành Huế được xây dựng từ thế kỷ 18 cổ kính rêu phong nhưng vẫn sừng sững bốn bức tường thành phân chia hai phần Nội Thành và Ngoại Thành riêng biệt. Nội Thành vốn là nơi ở của hoàng thân quý tộc. Đại nội là nơi vua ngự. Ngoại Thành là nơi thường dân cư trú. Những con đường ở Nội Thành cũng như Ngoại Thành trồng nhiều cây mù u (còn được gọi là cây nam mai), một loại cây được ưa chuộng lúc bấy giờ bên cạnh cây thông cây bàng cây tùng như một lệ thường không thay đổi:

Văn Miếu trồng thông,
Võ Miếu trồng bàng.
Ngó vô Xã Tắc hai hàng mù u.

Những cây mù u thân thẳng, lá cứng màu xanh thẫm, trái tròn nhỏ và cứng, khi chín rơi rụng trên đường có thể làm chiếc đòn bẩy cho những ai lơ đãng đi dưới đất mà nghĩ chuyện trên trời. Năm 1884 khi giặc Pháp tiến đánh Kinh Thành Huế trái mù u đã góp công trong một trận đánh dù thất bại nhưng đã để lại một vết son trong lich sử chống Pháp của dân tộc.

Khi vương triều nhà Nguyễn suy sụp thì Nội Thành bị thường dân xâm lấn và tôi đã được sinh ra trên một con đường trồng nhiều cây mù u như thế ở Thành Nội vào năm 1942. Đó là lúc thực dân Pháp đã đô hộ Việt Nam hơn nửa thế kỷ, nếu tính từ ngày Pháp chiếm Nam Kỳ Lục Tỉnh đến nay là 75 năm! Những hàng mù u vẫn còn đó vươn lên những cành lá xanh thẫm u uất nhìn bóng dáng kẻ thù nghênh ngang trên quê hương đất nước. Trái mù u vẫn tiếp tục lăn dài trên những con đường trong Thành Nội, trong Thành Phố Huế, rải rác trên khắp mọi miền đất nước, mang theo nỗi buồn u uất gởi gắm trong câu hát của đám trẻ thơ:

Trái gì nho nhỏ dễ thương
Mắc hai chứng bịnh cũng liều đánh Tây!

Riêng tôi, mỗi lần nhớ lại lịch sử giai đọan này, tôi muốn mượn câu thơ của Cao Bá Quát mà than thở:

Ròng ròng lệ nhỏ nhớ nam mai!

Lịch sử đánh đuổi giặc ngoại xâm của dân tộc Việt Nam lúc này đã chuyển qua một giai đọan khác. Những phong trào chống Pháp của vua quan và các sĩ phu yêu nước như Phong trào Cần Vương của vua Hàm nghi, phong trào Đông Du của Phan Bội Châu, phong trào Duy Tân của Phan Chu Trinh, phong trào Đông Kinh Nghĩa Thục của các sĩ phu yêu nước… đã nhường chỗ cho một lực lượng mới có tổ chức, hoạt động mạnh mẽ hơn bí ẩn hơn và sâu rộng hơn. Đó là lực lượng Việt Minh.

Năm 1946 cuộc kháng chiến toàn quốc bùng nổ, lúc đó ba tôi đang làm việc tại Bồng Sơn thuộc tỉnh Bình Định. Giao thông đứt đọan, mọi việc đổi thay. Mẹ tôi, cũng giống như đại đa số phụ nữ lúc bấy giờ, hiền lành, nết na đức hạnh nhưng không được học nhiều, không nghề nghiệp. Mẹ tôi bán nhà, đem bốn con nhỏ về tá túc nhà cha mẹ. Cuộc chiến càng ngày càng trở nên khốc liệt. Sợ rằng cuộc chiến có thể nổ ra ở thành phố như sự kiện Nhật hất cẳng Pháp muốn dành quyền cai trị Việt Nam năm 1945, một số gia đình quyết định cho những người già và trẻ em đi tản cư. Chúng tôi cũng nằm trong số những người ấy. Bà ngoại tôi bị bại liệt phải đi, dì Vân đi theo chăm sóc bà, mẹ tôi dẫn bốn chị em chúng tôi cùng đi, gia đình cậu tôi, cậu Ấm, trừ cậu ở lại làm việc, mợ và các con đi cùng. Ông ngoại tôi, các cậu, các dì khác ở lại Huế.

2. **Quảng Trị Mờ Khói Lửa**

Quảng Trị, một tỉnh nằm về phía bắc nước ta hiện nay, xưa kia vốn là một phần đất của Châu Rí thuộc Chiêm Thành, sau vua Trần Anh Tông đổi tên thành Hóa Châu là sính lễ của Chế Mân cầu hôn công chúa Huyền Trân. Trở thành tỉnh Quảng Trị nàng dâu mới duyên dáng vươn mình trên bờ biển Thái Bình Dương với những bãi cát dài cùng nhiều đồi cát nhấp nhô theo sóng lượn lờ. Mùa hè gió Lào thổi như nấu như nung, mùa đông gió xoáy gió giật làm thay đổi bộ mặt các nàng vũ nữ trên đồi cát hằng đêm, buổi sáng tinh mơ bọn trẻ reo vui chạy theo vết chân dã tràng tìm kho báu chôn vùi mất dấu trong bãi cát còn ôm hồn trinh nữ.

Sông Thạch Hãn là một nguồn sống của đồng ruộng hoa màu, sông Bến Hải sụt sùi cầu Ô Thước kéo dài một nỗi đau suốt hai mươi năm kể từ 1955.

Ký ức của tôi trong giai đoạn này là những ngày chạy giặc nóng bỏng. Làng chúng tôi, làng An Cư thuộc tỉnh Quảng Trị, cách biển không xa. Giặc Pháp lúc bấy giờ thường đi tàu đến các cửa biển, chúng đổ bộ lên bờ và bắt đầu vào các làng ven biển lùng sục, bắn phá, cướp của giết người. Giặc Pháp, lấy chiêu bài khai hóa văn minh nhưng thực chất từ quan cho đến lính của chúng qua nước Việt Nam chúng ta toàn là kẻ cướp, chúng là những tướng cướp cạn nổi danh, chúng tàn ác và tàn bạo. Chúng cướp nước ta cướp tài nguyên thiên nhiên, cướp tài sản của người dân hiền lành vô tội, chúng bắt bớ tra tấn vô cùng thâm độc những người Việt Nam yêu nước, những người Việt Nam anh hùng, những người Việt Nam muốn đòi lại công lý, muốn dành lại đất nước mà tổ tiên chúng ta đã phải giành giựt từ tay bọn Tàu suốt mấy ngàn năm dựng nước, đã dày công gìn giữ xây đắp. Bọn chúng còn là bọn quỷ râu xanh khét tiếng trần gian.

Lính Pháp là một đội quân khát máu người như thế nên khi nghe tiếng kẻng từ chòi canh ngoài bãi biển báo hiệu giặc đến là bà con trong làng phải vội vàng chạy trốn vào rừng, nhất là thanh niên (sợ chúng giết vì nghi là Việt Minh) và các cô gái (sợ gặp quỷ râu xanh cũng không toàn mạng), và khi trở về làng thì ôi thôi! Nhà cửa bốc cháy, vườn tược xác xơ. Có người bị trúng đạn, có người chạy không kịp bi chúng giết, có cô gái bất hạnh bị chúng cưỡng bức mang nỗi ô nhục suốt đời không rửa sạch. Những ngọn lửa cuối cùng vẫn còn bốc cháy, nung nấu trong lòng mọi người nhiều ý nghĩ khác thường, những làn khói đen ngoằn ngoèo vẽ lên trời những điều chúng tôi không thể nói hết thành lời.

Trong ký ức xa xôi, hình ảnh những ngôi nhà bốc cháy, tiếng kêu khóc, tiếng súng nổ và tiếng thét man rợ dã thú của kẻ thù giặc Pháp là nỗi kinh hoàng không ngớt ám ảnh tuổi thơ của chúng tôi.

Tôi còn nhớ rất rõ, ngày mà chúng đốt căn nhà của ông bà ngọai tôi. Lần đó chúng đến quá nhanh,bất chấp dòng chữ bảo vệ của đại diện chính quyền văn minh cướp nước của chúng viết ở trước sân, dòng chữ trắng viết bằng tiếng Pháp mà những lần trước chúng đã tôn trọng: “Đây là nhà của một vị quan lớn làm việc trong triều đình Huế, không được cướp phá”. Lòng tham đã che mờ lương tâm lương tri. Chúng ập vào nhà, nhanh chóng thiện nghệ dòng dõi kẻ cướp cạn. Mợ tôi mẹ tôi và dì tôi chạy vội vô bếp quơ nắm lọ nồi trét lên mặt mũi tay chân, quay ra thì đã giáp mặt kẻ thù. Sau khi hỏi từng người trong chúng tôi câu hỏi thường lệ: “Việt Nam? Việt Minh?” (chúng tôi phải nhanh miệng trả lời là Việt Nam) chúng liền đuổi chúng tôi ra khỏi nhà, chúng như một lũ chó điên đang lên cơn cuồng dại, chúng là loài thú bốn chân hay loài bò sát mười hai chân, chúng cào cấu lùng sục đào bới từng lỗ mọt, từng vách tường xó bếp gầm giường, chúng không bỏ qua một hang chuột đào, vét sạch đầy túi tham. Ngôi nhà tan nát. Chúng khạc ra một mồi lửa thiêu cháy ngôi nhà mái ngói khang trang của chúng tôi, chúng đốt cháy rụi luôn nào là chiêu bài văn hóa văn minh bảo hộ của con cháu bọn Gaulois mà chúng lấy đó làm niềm kiêu hãnh.

Xung quanh chúng tôi nhà nhà bốc cháy. Cột kèo rui mè đòn tay mái tranh bốc cháy, vách tường mái ngói sụp đổ. Cháy hết những giấc mơ đẹp đầu đời, cháy hết nhưng giấc mơ nhỏ bé cuối đời, những giấc mơ ngọt ngào của đôi lứa hạnh phúc. Cháy hết nửa đời cần kiệm của Ông Bà Ngoại tôi.

Mọi người sững sờ hóa đá nhìn lửa cháy, không thốt nên lời.

Bà ngoại tôi được chúng tôi khiêng ra ngồi ở một góc sân. Bà ôm trong tay một hộp nhỏ, đó là tất cả tài sản của gia đình. Môt thằng Pháp mắt cú vọ giựt lấy, bà tôi nhất định không thả ra. Thế là nó lấy báng súng đánh vào đầu bà làm bà ngã xuống ngất đi. Một cảm giác khác thường xâm chiếm lấy chúng tôi.

Tên giặc Pháp kia, mày nhân danh gì mà hành hung một bà già? Bà tao, một bà cụ già yếu đuối bịnh tật không có sức tự bảo vệ. Một bà cụ già đang thực thi công lý chính nghĩa, đang tự bảo vệ tài sản của mình một cách chân chính, đang ra sức ngăn cản kẻ ác làm điều phạm pháp. Mày đến từ một nước văn minh hành hung một bà cụ già không phạm pháp như thế là hủy hoại cả nền đạo lý tốt đẹp của nhân loại. Hỡi những kẻ đội lốt người kia, chúng bay không còn xứng danh làm người nữa.

Tôi nhìn lại kẻ cướp nước. Đây là lần đầu tiên tôi giáp mặt kẻ thù gần như thế. Đây là thằng Tây, thằng Pháp, thằng Bạch Quỷ thằng Phú Lang Sa đây sao? Trông nó giống người, nhưng không phải là người, nó cũng có mặt mũi tay chân nhưng hai con mắt của nó long lên màu máu như mắt của quỷ dữ, mặt nó râu ria lông lá như con dã thú và nó mang súng ống lưỡi lê đầy mình trông nó như một con thú hoang sẵn sàng ăn thịt người xé xác người uống máu người đáng ghê rợn. Chúng là dã thú hay đười ươi sâu bọ đội lốt người đến tàn phá cướp đất cướp nước cướp tài sản của chúng ta.

Ngày hôm đó cùng với nỗi đau nỗi sợ lòng căm thù, chúng tôi còn chịu đựng thêm nỗi đói cơm. Kẻ thù đã cướp sạch tài sản của chúng tôi, chúng vơ vét không để lại thứ gì, cây cối ngoài vườn chúng tàn phá. Nhà chúng tôi cũng như các nhà khác trong làng, đã dự đoán trước thảm kịch này nên đã đào hầm bí mật trong nhà để chôn gạo, nhưng khi nhà cháy thì nào ngờ gạo dưới hầm cũng cháy. Chúng tôi đành phải ăn một thứ cơm gạo cháy ấy, nghiền ngẫm mùi gạo khét như nuốt vào tận đáy lòng tất cả nỗi nghẹn ngào u uất của một người dân mất nước.

Tôi còn nhớ một lần khác giặc Pháp vào làng và sau

khi lùng sục bắt bớ, chúng lùa dân làng ra bờ biển. Chúng nói gì đó, dĩ nhiên là tôi không hiểu. Sau đó chúng lôi ra một thanh niên, hai tên lính Pháp đứng hai bên, chúng dùng cây ba-tong của chúng móc vào cổ anh thanh niên, một tên kéo về phía trước, khi anh thanh niên lảo đảo chạy tới trước thì tên thú dữ kia dùng cây ba-tong của hắn kéo giật anh về phía sau. Cứ như thế hai tên lợn lòi này kéo qua kéo lại nhiều lần, cuối cùng anh thanh niên ngã xuống than ôi! Một trong hai tên độc ác dùng súng bắn vào anh. Dân làng câm như đá. Máu anh loang đỏ bãi cát. Sóng biển ập vào bờ rồi lại rút ra, mang theo màu đỏ ánh lên dưới nắng chiều như phản quang của một linh hồn bất tử đang nhập vào lòng đất mẹ thân yêu.

Những trái mù u đâu đó vẫn tiếp tục rơi rơi…

Ở Quảng trị một thời gian ngắn, thấy trong thành phố Huế không có biến động gì chúng tôi chuẩn bị trở về nhà, một phần nữa là các anh con cậu tôi, chị em tôi đã đến tuổi đi học.

Tôi quên nói về đứa em nhỏ của chúng tôi, em Xuân Lan. Mẹ tôi sinh em chưa được bao lâu thì phải tản cư. Mẹ tôi, người mẹ xinh đẹp dịu dàng, bà rất thích truyện Kiều của Nguyễn Du. Bà thường ru chúng tôi bằng những câu Kiều. Bà rất thích câu “Xuân lan thu cúc mặn mà cả hai”. Vì vậy khi sinh tôi vào mùa thu, bà gọi tôi là Thu Cúc. Mùa xuân năm 1946 bà sinh thêm một đứa con gái khác, đó là em gái nhỏ của chúng tôi, mẹ đặt tên em là Xuân Lan. Tôi phải thú nhận là tôi không còn nhớ gì nhiều về em tôi, chỉ còn lại ấn tượng là em tôi rất dễ thương, trắng trẻo, xinh đẹp, bụ bẫm. Cả nhà rất yêu quý em. Nhưng bất hạnh thay!

Em là nạn nhân của thời ly loạn. Ra Quảng Trị không bao lâu em bị bịnh, em bị sốt cao. Mẹ tôi ngồi ôm em suốt đêm, nước mắt lăn dài chứa chan. Ở chốn thôn quê cô quạnh, không mua được thuốc, vì vậy em đã bỏ chúng tôi mà ra đi. Tôi tự hỏi giờ này linh hồn bé bỏng thơ ngây thánh thiện trong sáng của em chắc hẳn đã theo chân Đức Phật đang vân du ở một miền Cực Lạc nào đó không phải đầu thai vào cõi trần ô trọc này nữa. Chúng tôi rời Quảng Trị ra đi bỏ lại em lạnh lẽo cô đơn trên đồi cát. Em và Quảng Trị mãi mãi là một hoài niệm, một vết sẹo đông cứng nhức nhối âm ỉ rỉ máu trong lòng chúng tôi.

Từ giã Quảng Trị, từ giã những liếp nhà tranh che vội trên nền đất còn vương mùi súng đạn, từ giã những đêm ngủ đầy ác mộng, từ giã những độn cát những rừng hoang, những lòng suối của tuổi thơ hoang dại, chúng tôi ra đi mang theo những vết thương chôn chặt đáy lòng, ở đó thời gian sẽ phủ lên từng lớp từng lớp và lâu dần sẽ thu nhỏ lại thành những mũi gai nhọn như những chiếc gai xương rồng lãng quên.

Và chúng tôi trở về với xứ sở của những con đường mù u.

*3. **Thăm Vườn Xưa***

Vườn cũ đây rồi vắng bóng xưa,
Chè tàu dẫn lối dáng lưa thưa.
Lá vàng phong kín thời ấu,
Gốc ngọc lan già mặc gió mưa.
Đâu rồi sen nở hồ in bóng?
Khế vả nghiêng đầu nhớ chuyện xưa.
Vườn xưa một thuở từng ấm lạnh,
Ngói đỏ rêu phong tóc bạc phơ!

Tháng 9/1986

Thăm Lại Vườn Xưa

Vườn cũ nay đà đổi khác xưa,
Mái tường tươi thắm ổi đong đưa.
Điểm tô đối liễn trang thờ chạm,
Cờ biển vua ban nhớ chuyện xưa.
Phúc lộc dồi dào bao thế hệ,
Nối dòng nghiệp tổ vẻ vang chưa?
Ông hoàng họ Nguyễn về đâu nhỉ?
Họ Nguyễn nhà ta chẳng kém xưa.

Tháng 6/ 2004

4. **Ngôi Nhà Cổ**

Trở về Huế, chúng tôi lại trở về sống với Ông Bà Ngoại của chúng tôi trong ngôi nhà cổ rộng lớn.

Ngôi nhà nằm giữa khu vườn trồng nhiều loại cây trái của xứ Huế, xung quanh là những hàng trúc bao bọc, phía sau là một hàng tre che chắn cho hồ sen quanh năm lộng gió, nơi đó chúng tôi chiều chiều ra ngồi bên bệ đá học bài hoặc hóng mát ngắm hoa sen nở.

Từ cổng vào chúng tôi không đi thẳng vào nhà mà đi qua hai hàng chè tàu lúc nào cũng được cắt xén cẩn thận, những dây tơ hồng không gốc không rễ, cứ như một câu đố từ cõi hư vô hiện ra quanh năm vờn lượn ở đó, quấn quýt lả lơi quanh những đọt chè tàu non tơ. Loại cây không trồng mà mọc này là một điều bí ẩn kỳ diệu của thiên nhiên mãi đến ngày hôm nay tôi vẫn không sao hiểu được.

Qua một bồn hoa tròn, ở giữa ông tôi trồng một cây thiên tuế lớn, xung quanh có nhiều hoa hồng, hoa mẫu đơn, và được viền một hàng lan đất màu trắng và màu đỏ. Sau bồn hoa là một bể cạn cùng với hòn non bộ, mấy ông tiên ngồi đánh cờ, ngư tiều canh mục trong các hang động nhỏ quanh gốc cây bồ đề có những chiếc rễ ngoằn ngoèo như những con rắn nhỏ. Sau cái sân được thiết kế theo đúng thuật phong thủy như vậy là ngôi nhà rường tiêu biểu của Huế.

Đó là nhà của ông bà ngoại tôi.

Dưới đáy tầng tầng lớp lớp ký ức bồng bềnh như sóng biển thì ngôi nhà nổi lên chao đảo nhiều kỷ niệm. Đó là khung trời thơ ấu của chúng tôi được dệt bằng những mùa lá vàng rơi, mùa hồng đào chín mọng trái hồng quân đong đưa trong gió và hương thơm của nhiều loại hoa, hoa hồng hoa huệ hoa ngọc lan hoa oanh trảo hoa sen…

Sức thu hút của cái nhà trước hết là huyền thoại về một ông hoàng thứ tám của vua Minh Mạng. Vị hoàng tử này nghe đâu phạm một lỗi gì đó và bị đày ra khỏi cung. Ông cất một ngôi nhà để ở, sau một thời gian ngắn, ông được trở về cung, cái nhà đem cho một người cháu, người cháu đó đem bán và ông ngoại tôi đã mua nó. (Nói là đi đày mà thật sự, cái nhà của ông Hoàng này cất ngay trước mặt nhà ông ngoại tôi hiện nay, đi qua cầu Đông Ba độ mười lăm phút, đi thêm vài phút nữa đến cửa Đông Ba là vào đến địa phận của Hoàng Cung rồi). Ông ngoại tôi mua cái sườn nhà, thuê người mang qua đặt trên đám đất ông đã mua ngay phía bên kia đường. Vì có nguồn gốc như vậy nên cái nhà rất đặc biệt, rộng hơn phủ thờ Công Chúa Ngọc Sơn con vua Đồng Khánh ở đường Nguyễn Chí Thanh hiện nay. Đi ra đi vô trong cái nhà huyền thoại này, lũ trẻ con chúng tôi lấy làm tự hào mình được ở trong ngôi nhà của Ông Hoàng Bà Chúa.

Bọn trẻ chúng tôi suốt ngày chạy quanh ngôi nhà cổ rộng lớn, toàn bộ phía trước là phòng khách, dãy nhà thờ phía trong. Hai đầu nhà thờ là hai phòng ngủ rộng, phía sau dãy nhà thờ là căn phòng dài vách ngăn là những liếp gỗ điêu khắc nghệ thuật nối tiếp nhau có thể mở ra được như những cánh cửa nhỏ, đó là cách cấu trúc rất đặc biệt của nhà rường của Huế. Hết căn nhà chính, nối tiếp là những bậc cấp đi xuống khu nhà phía dưới, một khoảng sân bên trái, nối liền là một căn nhà dài dẫn xuống bếp. Phòng ăn khá rộng nằm phía tay mặt, căn phòng cuối cùng thoáng rộng và đẹp hướng ra khu vườn phía trước là phòng ngủ và phòng học của các anh con cậu tôi.

Một điểm đặc biệt khác của ngôi nhà là cái rầm thượng sát mái nhà. Cái rầm chiếm một góc trước bàn thờ, gần phòng ngủ của Ông Bà tôi. Nàng thơ lả lướt Hương Giang vào mùa đông cũng có lúc nổi loạn, nước tràn bờ và len lỏi vào những ngôi nhà thấp nhỏ. Nhà Ông tôi xây cao ba bốn bậc cấp nên những ngày nước lên đến bậc thềm, những gia đình ở gần hồ Ông Mười có dịp đến tá túc qua đêm. Trong khi đó các cậu các anh tôi lo quét dọn rầm thượng phòng khi thần Hà Bá muốn trở thành bạo chúa cõi trần gian. Và chuyện này thỉnh thoảng đã xảy ra, các anh con cậu tôi đã lên ngủ ở đó tránh nước lụt trong đêm.

Chơi chán trong nhà chúng tôi chạy ra vườn. Hai bên hàng chè tàu là hai khu vườn rộng trồng nhiều cây ăn trái và hoa lớn nhỏ nhiều loại. Nơi đó cũng có nhiều cây me đất mà chúng tôi thường hái để chơi trò đá gà, hoặc mùa hè, khi những con tép nhỏ được rao bán khắp đường phố, chúng tôi hái đầy rổ để dì tôi nấu canh. Cây hoa nắc nẻ có hoa màu hồng, trái nhỏ như trái đậu tí hon, khi khô trái nở toát ra như nụ cười nắc nẻ của em bé ngây ngô. Cây hổ ngươi, còn gọi là cây trinh nữ, mọc đầy vườn, bọn trẻ chúng tôi mỗi ngày tinh nghịch tranh nhau ra vườn sớm, chạm nhẹ vào những cành lá xanh xanh lả lơi để thấy Hổ Ngươi xếp đôi lá rầu.

Vào đến góc sân, cây trần bì bên phải, một chiếc am nhỏ bên trái, đối diện với bồn hoa tròn phía bên trái là cây nhãn khổng lồ phủ kín một khoảng sân rộng lớn cành lá la đà chạm đất. Các cậu tôi các anh con cậu tôi cùng các bạn thường chơi ở đó. Họ chơi trò đánh boule. Đối với bọn trẻ chúng tôi, cây nhãn như một ngôi nhà khổng lồ che nắng che mưa, che kín bầu trời kỷ niệm ngây ngô khờ khạo. Những ngày gần hè, ve kêu ran ở đó, cả ngàn con ve cùng trỗi điệu nhạc Hè Về Hè Về, đó cũng là lúc dì Tư của chúng tôi dẫn học trò của dì về cắm trại quanh gốc nhãn kéo dài một ngày vui cuối cùng trước khi chia tay.

Cây hoa ngọc lan dẫn lối ra vườn sau, cành lá vươn cao, hoa nhỏ màu trắng rất thơm thường được hái cúng Phật cúng Ông Bà. Chiều chiều chúng tôi ra ngồi ở đó học bài và buổi sáng trước khi đi học không quên hái đầy cặp đem đến lớp phân phát cho bạn bè. Lớp học ngọt ngào hương hoa ngọc lan. Ngoài ra khu vườn còn có cây đào, cây vải, cậu tôi trồng nhiều cây trứng gà, chanh, ổi. Khu vườn phía sau trồng chuối khế đậu hòa lan... và cuối cùng là hồ sen. Khu vườn trái cây rau đậu không dành cho con nít chúng tôi mà dành cho dì Mây của chúng tôi.

5. **Ông Cố**

Ông ngoại tôi thuộc dòng dõi khoa bảng. Theo gia phả họ Nguyễn còn ghi lại, tổ tông dòng tộc gốc ở làng Vĩnh Hòa, tổng An Cư, phủ Triệu Phong, tỉnh Quảng Trị. Con cháu nhiều đời nối tiếp làm quan dưới vương triều Nhà Nguyễn từ vua Gia Long Minh Mạng cho đến những ngày cuối cùng dưới thời vua Bảo Đại. Người có danh vị cao nhất là Tổ Nguyễn Văn Chương (1814-1858), cố của ông Ngoại tôi, là người đã đem lại vẻ vang lớn cho gia tộc. Thi đậu cử nhân năm 1841 đời vua Thiệu Trị, năm 1844 đậu Đình Nguyên Hoàng Giáp năm ông 32 tuổi. (Vương triều nhà Nguyễn đã bãi bỏ danh vị Trạng Nguyên, cho nên Hoàng Giáp tương đương Trạng Nguyên trong các triều đại trước.)

Tổ Nguyễn Văn Chương được vua khen tuổi trẻ sớm đỗ đại khoa nên ban cho chữ "Tảo Lập", vì vậy sau có tên là Nguyễn Văn Chương tự Lập, hay Đình Giáp Nguyễn Lập, được bổ nhiệm làm việc tại Hàn Lâm Viện. Hai năm sau, vua Thiệu Trị cử làm Tri Phủ An Biên, (Hà Tiên). Sắc Vua còn ghi lại: "Ông *Nguyễn Văn Chương văn học sáng chói, mọi điều trọn vẹn". "Vâng theo ý trẫm, cần phải có cờ quạt rỡ ràng nơi biên ải để tiếng vang chính dự được bền vững chốn Bình Phong". Sắc vua Thiệu Trị đời thứ VI.*

Hai năm sau Ông được phong chức Án Sát tỉnh Hải Dương. Ông từng giảng dạy tại Hàn Lâm Viện, Tập Hiền Viện, giám sát khoa thi Hương ở Nghệ An, đồng chủ khảo khoa thi Hội ở Huế… Nhiều lần được cử đón tiếp sứ Tàu và được khen là người có học vấn uyên thâm.

Tên Ông được khắc vào Bia Tiến Sĩ tại Văn Thánh Huế. Làm quan không bao lâu, Ông mất năm 1858, mộ chôn ở Châu Chữ, Huế, một ngôi mộ đơn sơ khiêm tốn, có lẽ đương thời Ông theo trường phái *Bạch Táng* (làm quan chết không chôn theo của cải (khác với trường phái *Tùy Táng)*.

Nhờ vinh danh của Ông, làng Vĩnh Hòa nghèo đói đã đảo ngược câu nói châm chọc của người đời: "*Vĩnh Hòa có ba khoai: Sáng khoai, trưa khoai, tối khoai*" thành câu nói đầy tự hào: "*Vĩnh Hòa có ba đậu: Đậu thi Hương, đậu thi Hội, đậu thi Đình*".

Ngày nay làng Vĩnh Hòa và tỉnh Quảng Trị cùng muốn lập bia tưởng niệm vị Hoàng Giáp này nhưng cuối cùng quyết định tấm bia trang trọng được dựng ở nơi vị Hoàng Giáp ra đời nêu một gương sáng cho giới trẻ và là niềm hãnh diện chung cho ngôi làng bé nhỏ nằm cách biển không xa.

6. **Ông Ngoại**

Nối nghiệp gia phong, ông Ngoại tôi tên Nguyễn Đạm (1885-1948), làm quan dưới các triều vua Thành Thái, Duy Tân, Khải Định, Bảo Đại, được giữ các chức như Hàn Lâm Viện Thị Độc Học Sĩ, Hàm Hồng Lô Tự Khanh, Trung Nghị Đại Phu, Gia Nghị Đại Phu Thái Thường Tự Khanh…

Ông Ngoại tôi làm quan khi chế độ phong kiến đang đi đến những ngày cuối cùng và thực dân Pháp đã đặt nền thống trị trên đất nước ta. Làm việc một thời gian, ông xin về trí sĩ và bị bịnh mất vào một chiều mùa đông u ám.

Ngày ấy, tôi đi học về, cầu Trường Tiền bồng bềnh như chiếc cầu vồng có màu xám chì.

Tôi đi học về, cầu Gia Hội biến thành chiếc đu bay chao đảo không ngừng.

Khu vườn nhà tôi biến thành hải đảo. Những cây đào cây mận lật gốc, cây sầu đông trụi lá xương xẩu chỉa mũi nhọn lên trời như những lời cầu nguyện.

Tôi vào nhà mang theo cả bầu trời tăm tối của bão tố của gãy đổ của một dòng thời gian không ánh sáng như ngày tận thế Chúa đã phán cách đây mấy ngàn năm. Các dì các cậu tôi đứng quanh giường Ông tôi như một vòng bảo vệ kiên cố, có tên Pháp đại diện chính quyền Bảo Hộ đến chia buồn đứng ở đó.

Tôi còn nhớ, phòng khách rộng lớn thường ngày đầy ắp tiếng cười đùa tiếng nói chuyện của các cậu các dì, của đám trẻ con chúng tôi, không khí tươi vui đầm ấm đã thay thế bằng một bầu trời có màu xám đen sụt sùi.

Sau ngày đưa tiễn Ông tôi, mùa đông kéo dài lâu hơn tưởng chừng mùa xuân mất dấu ở cõi vô thường. Mọi người lặng lẽ u buồn tưởng niệm Ông tôi. Các dì các cậu ngồi quanh giường Bà tôi ủ rũ ôm lấy hình tượng tương lai của chín người con giờ đây không cha, và mẹ bị bịnh.

7. Gia Đình Đầm Ấm Đông Vui

Ông Bà tôi có mười người con, không kể ông tôi đã có hai con với người vợ trước đã mất. Người con gái đầu đã lấy chồng và ở riêng, chồng dì làm một chức quan Phán nên chúng tôi gọi là dì Phán. Người thứ hai là cậu Ấm. Được gọi là cậu ấm vì theo tục lệ của chế độ phong kiến, con trai đầu của các quan được theo cha làm việc không cần phải qua kỳ thi tuyển nào và người đời gọi người con trai này là Cậu Ấm. Vì vậy có biết bao nhiêu là Cậu Ấm ở chốn kinh kỳ.

Cậu tôi là một người như thế nên mọi người gọi cậu là Cậu Ấm. Tên thật của cậu là Ng.T. Cậu đã có vợ và bốn con hiện ở chung với ông bà tôi. Cậu Ấm của tôi rất hiền, cậu hay cười và chưa bao giờ làm mất lòng ai. Cậu đi làm việc xa, cuối tuần mới về nhà nên mợ Ấm rất vất vả. Mợ là điển hình của một người Mẹ cao quý suốt đời chỉ biết hy sinh cho hạnh phúc và tương lai của các con.

Mẹ tôi là con gái đầu của ông bà tôi, đã có chồng và ở riêng (nhưng một thời gian sau lại về ở chung với ông bà tôi). Ông bà tôi còn lại chín người con, năm gái và bốn trai. Cùng với gia đình cậu Ấm tất cả họp thành một gia đình lớn sống cùng nhau trong ngôi nhà cổ.

Thời gian trôi lạnh lùng. Ngoài vườn, cây trái bốn mùa thay đổi, lá theo mùa đổi màu, hoa ngọc lan hoa oanh trảo thay nhau tỏa hương thơm kêu gọi mấy người lái buôn tới hái. Thời gian là liều thuốc nhiệm màu, là chiếc cầu vồng bảy màu dẫn lối đến tương lai. Các dì các cậu tôi lớn lên, lần lượt học xong ra trường. Mỗi người chọn một nghề khác nhau.

Người đầu tiên ra đời là dì Tư. Dì là cô giáo dạy học ở trường Gia Hội. Dì dạy ở đó lâu năm, học trò của dì nhiều vô số kể và họ dành nhiều tình thương cho cô giáo đầu đời. Ngày Tết họ đến thăm cô giáo đứng chật phòng khách. Sau này có dịp khi qua Mỹ, tôi gặp vài người trong số họ và họ nói họ vẫn nhớ dì tôi dù cho năm tháng phôi pha. Dì dạy giỏi, dì nói tiếng Pháp rất hay nên được thưởng một chuyến du lịch đi Pháp. Sau đó dì được chuyển qua dạy ở trường Đồng Khánh bên kia sông Hương nhưng dì từ chối, dì muốn dạy gần nhà để tiện việc chăm sóc mẹ già. Ngày dì chuẩn bị đi Pháp, chúng tôi choáng ngợp trước bao nhiêu áo quần đẹp dì mua về. Ngày đám cưới của dì cũng làm cho chúng tôi ngẩn ngơ trước bao nhiêu quà tặng rực hoa giấy hoa tươi như nụ cười của dì và của mọi người xung quanh.

Sau ngày cưới dì dọn ra riêng ở đường Chi Lăng cách đó không xa nên dì vẫn hằng ngày tiếp tục chăm sóc bà tôi như trước.

Kế đến là cậu Lai. Cậu là học trò trường Quốc Học, cùng lớp với chàng Bùi Giáng điên điên, lúc đó cậu nói anh chàng đã có dấu hiệu khùng khùng nhất là khi bắt đầu năm đệ nhất với các môn tâm lý học, đạo đức học, lý luận học, dấu hiệu khùng càng rõ hơn. Cậu đi làm không bao lâu, bỗng nhiên cậu biến mất cho đến một ngày gia đình nhận được bức thư bí mật của cậu.

Đó là vào năm 1947 theo tiếng gọi của non sông đất nước, cậu ra đi để lại cho ông bà tôi và các dì cậu tôi những tiếng thở dài não nuột giữa đêm khuya thanh vắng và những tiếng thì thầm to nhỏ mỗi khi nhận được tin cậu hoặc nhận được những bức thư vàng ố viết vội vàng của cậu. Đó là anh bộ đội quốc gia mà sau này đã đến thăm chúng tôi khi chúng tôi ở Bình Định.

Cậu Long làm thư ký đánh máy trong một sở của Pháp. Năm 1948, một hôm thằng Pháp nói cậu đánh sai, cậu lấy tài liệu đem đánh lại cẩn thận, nó vẫn nói cậu đánh sai, cậu nói "Đúng" Nó nói "Sai. Phải đánh lại". Cậu nói "Đúng. Không đánh lại". Nó tát tai cậu, cậu tát tai nó. Thế là nó đày cậu ra Côn Đảo năm năm, sau đó đày biệt xứ ở Sài Gòn không cho về Huế. Tiếng thở dài của bà tôi càng sâu nặng não nề kéo dài trong đêm khuya như cung trầm của điệu hò trên sông Hương.

Côn Đảo là một nhà tù rộng lớn và bàn tay sắt đẫm máu của bọn giặc Pháp lúc nào cũng sẵn sằng vồ nuốt những con cừu non Việt Nam yêu nước. Tôi còn nhớ cậu tôi trước khi đi tù, cậu thường hát một điệu hát buồn cháy tim gan:

Kìa xa xa nơi Côn Đảo hờ
Sóng nước muôn trùng.
Chim trời bạc trắng bay qua
Qua từng đàn về phương Đông
Hỡi chim ta nhắn cùng

Ngồi trên khoan ta trông nhấp nhô
Xa kia muôn sóng thiêng bạc đầu
Lòng ta thêm căm u uất đau.
Trông về xa quê hương nào đâu?

Này này đoàn chim kia bay nơi nao?
Về phương xa nào
Về miền trời nao?

Có phải chim bay về cố hương?
Mờ trong hơi sương, buồn trông quê hương!...

Tiếng hát của cậu, dù bao ngày tháng trôi qua tôi vẫn còn nhớ mãi với hình bóng người cậu cao ốm hiền hòa vui vẻ. Cậu ít nói và cười hiền, tôi nghĩ có lẽ cậu là người hiền nhất trong số bốn anh em trai.

Dì thứ sáu, dì Thoả. Dì xinh đẹp vui tính hay cười, dì thích nhạc, dì học đàn mandoline và những chiều tan sở, dì ôm đàn ngồi ở phòng khách, dì say sưa đàn, tiếng đàn nhanh và vui nhộn, tôi không nhớ dì đã đàn bài hát gì. Dì lấy chồng và năm 1963, dì đi Mỹ theo chồng và ở luôn bên đó, xây dựng một gia đình hạnh phúc với đông con nhiều cháu.

Dì Liên, dì thứ bảy. Dì của chúng tôi người nhỏ nhắn, rất hiền, dì ít nói, hay cười, tính tình trầm lặng kiên nhẫn dịu dàng nhưng khi ngồi với bà tôi dì nói rất nhiều, dì kể nhiều chuyện cho bà tôi nghe, hỏi han chăm sóc sức khỏe của bà tôi rất chu đáo. Dì là thầy thuốc của gia đình, ai đau ốm dì sẵn sàng cho thuốc chữa bịnh không cần đi bác sĩ, dì làm việc ở bịnh viện Trung Ương Huế. Dì lấy chồng cùng nghề và dì vẫn ở cùng nhà để chăm sóc bà tôi khi ba người em còn lại vẫn đi học.

Một trong những câu chuyện dì hay kể cho bà tôi nghe lúc còn đang đi học mãi sau này tôi vẫn còn nhớ. Đó là câu chuyện về người bạn thân tên A Trang. Ngày nào cũng vậy, vừa về đến nhà, dì ngồi ngay xuống bên cạnh bà tôi và bắt đầu nói: "Nì mạ, hôm nay con A Trang hỏi con..." Ở người con gái tên A Trang nói gì nhỉ tôi làm sao nhớ hết, nhưng cái tên nghe ngồ ngộ xinh xinh đã chìm sâu vào trí nhớ. Sau bao nhiêu mùa lá rụng, bao nhiêu mùa hoa nở trăng tròn, bao nhiêu mùa mưa mùa bão, năm 1973, khi tôi bay từ Đà Lạt về Sài Gòn nhập dân làm giáo sư trường Gia Long, người đầu tiên chào tôi bằng giọng Huế dịu dàng, đó là A Trang. A Trang nói sau một lúc ngồi bên nhau:

- Trông TC có nét gì đó giống một người bạn thân của mình khi học ở trường Đồng Khánh…

Trong một thoáng chuyển động của tâm tôi giật mình nói:

- Chị A Trang, có phải chị muốn nói đến một người tên Liên?

Đúng là quả đất tròn. Tôi đi giang hồ tứ tán đâu ngờ có ngày gặp lại người cùng quê. Tôi kể chuyện lại cho dì nghe, dì cười nói:

- Con A Trang hiền, nó làm cô giáo là phải.

- Chị A Trang hiền, trông rất điềm đạm nhưng có vẻ sắc sảo hơn dì. Không ai hiền hơn dì đâu dì ơi. Dì là bà Tiên Hiền trong truyện cổ tích.

Dì biết tôi có ý đùa vui, không nói gì, dì chỉ cười, nụ cười của bà Tiên Hiền trong truyện cổ tích.

Cậu Thảo của tôi, có lẽ cậu là người vui tính nhất nhà. Cậu hay pha trò nói bông lơn để mọi người cùng cười vui. Trưa trưa chiều chiều nghe tiếng cười nói ngoài sân hay ở phòng khách là tôi biết cậu đã về. Học xong tú tài, cậu đi dạy vài năm, sau đó cậu bỏ dạy, cậu vào Sài Gòn theo học trường đại học khoa dược, sau khi tốt nghiệp, cậu trở về Huế làm việc ở bịnh viện Trung Ương Huế. Cậu lấy vợ và thay các dì chăm sóc bà tôi trong ngôi nhà cổ cùng với vợ và các con xinh đẹp của cậu.

Dì Nguyệt là hoa khôi, nổi tiếng là người đẹp của trường Đồng Khánh. Dì rất hiền, có lẽ dì là người hiền nhất trong số sáu chị em gái, tính tình vui vẻ, lúc nào dì cũng cười nói nhẹ nhàng hiền hòa. Tính tình khiêm tốn nho nhã, dì tỏ ra ngượng ngùng e thẹn mỗi khi nhận được lời khen. Dì là cô giáo, lấy chồng là thầy giáo, dì ở riêng nhưng chiều chiều dì về nhà cùng với dì Tư và dì Liên chăm sóc bà tôi cho mãi đến khi cậu Thảo tốt nghiệp dược sĩ trở về Huế thay thế các dì chăm sóc bà tôi.

Là con út của gia đình và là người có cá tính mạnh mẽ, cậu Ba học xuất sắc nổi tiếng là sinh viên giỏi toán của viện Đại Học Huế. Cậu thức khuya dậy sớm nghiên cứu miệt mài, cậu muốn đi du học. Ngồi giữa ngôi nhà vườn rộng lớn, cửa sổ cửa lớn đều mở rộng, muỗi bay đầy đàn vi vu. Cậu ngồi học vừa luôn tay đập muỗi, lấy máu viết một dòng chữ trên tường sau bàn học "Diệt muỗi là yêu nước". Tôi nhớ mãi dòng chữ ngớ ngẩn này của cậu. Nó vẫn còn đó mãi đến nhiều năm sau khi cậu đã đi du học bên nước Đức, nó vẫn còn trên tường như một kỷ niệm không bao giờ xóa mờ về cậu.

Cậu có cách nhìn tinh tế và xa rộng, khi hai chị em tôi học xong lớp đệ tứ bắt đầu vào chương trình Tú Tài phải chọn chuyên ngành, từ Huế lên Đà Lạt thăm chúng tôi, cậu nói:

- Trường học ở đây chỉ có ban Vạn Vật và ban Toán, không có ban Văn Chương. Con gái phải học văn chương sinh ngữ mới giữ được phong cách dịu dàng hòa nhã của con gái. Chị cho hai cháu về Huế học trường Đồng Khánh thì tốt hơn.

Ở tuổi nhiều mơ nhiều mộng và thiếu suy nghĩ, được mẹ cho về sống lại cùng Bà Ngoại và các cậu các dì trong ngôi nhà cổ chúng tôi vô cùng vui sướng (mà không nghĩ gì đến nỗi vất vả của mẹ khi ở nhà một mình với ba em trai còn lại), hằng ngày đạp xe qua cầu Trường Tiền thả tóc gió tung bay.

Tôi cũng còn nhớ rõ, chính cậu là người đã lo cho chị em tôi khi lần đầu tiên đi học ở trường Gia Hội sau những ngày chạy giặc trở về. Cậu đã mua tất cả những đồ dùng cần thiết cho chị em chúng tôi: sách vở bút chì bút mực tẩy giấy thấm (lúc đó còn dùng giấy thấm, một loại giấy đặc biệt màu hồng hơi dày, dễ thấm nước, dùng thấm mực sau khi viết để không bị lem). Sau buổi học cậu đón chúng tôi ở phòng khách và trong vòng vài phút chúng tôi kể cho cậu nghe tất cả những chuyện ở trường. Cậu rất hài lòng. Lời khen của cậu là điệu nhạc vui vang mãi trong lòng chúng tôi.

8. Dì Vân

Ông Bà Ngoại tôi có mười người con. Dì Vân thứ năm, dì ra đời dưới một ngôi sao thiếu ánh sáng. Trông dì lúc nào cũng mơ mơ màng màng như đang dạo chơi trên một cõi không thật nào đó xuống trần chịu nhiều thiệt thòi oan ức. Ông bà tôi gọi dì là Vân. Biết con gái chịu nhiều thua kém, mất cơ hội học hành tiến thân trong xã hội, ông bà tôi xót xa cay đắng cho số phận không may của con gái, ông bà dành tất cả tình thương cho dì, lúc nào ông bà cũng gọi "Vân, con!" giọng dịu dàng trìu mến. Ông ngoại tôi đến lúc nhắm mắt xuôi tay vẫn không yên tâm về dì. Mẹ tôi kể lại, trước khi nhắm mắt, ông nắm tay dì và nói lời cuối cùng: "Vân, con, cậu thương con lắm!"

Dì ở nhà suốt ngày, lặng lẽ ít nói, nhưng miệng lúc nào cũng mủm mỉm cười, sẵn sàng giúp đỡ mọi người. Tôi nhớ mãi nụ cười chúm chím như đóa hoa sắp nở của dì. Dì có khuôn mặt hình trái soan, khuôn mặt lý tưởng của người đẹp. Không có má lúm đồng tiền, không có nốt ruồi duyên. Tóc mai sợi ngắn sợi dài, phần tóc còn lại dì chải ra sau và bối lại thành lọn tóc nhỏ xinh xinh. Tôi hay khen mặt dì hình trái soan đẹp. Dì chúm chím cười. Tôi biết dì rất thích nhưng dì nói khuôn mặt chữ điền mới đẹp. Rồi dì vừa cười vừa đọc một câu quen thuộc của người dân xứ Huế:

Mặt má bầu ngó lâu muốn chưởi
Mặt chữ điền trăm rưỡi cũng mua.

Những lúc dì buồn, tôi thấy đó là những lúc dì đẹp nhất. Đứng trên bậc thềm nhìn các em đi làm, các cháu đi học, bỗng nhiên dì bất động buông thõng hai tay, ánh mắt mất hút vào hư không. Có lẽ ánh sáng của ngôi sao chiếu mệnh đang bừng lên trong dì, đang vực dậy đang đánh thức một cái gì đó từ bóng tối đang ngủ ngầm trong dì, đang cố gắng chọc thủng màn đêm đen ngăn cản dì tiến về phía trước, sống như mọi người làm việc như mọi người.

Một tiếng động. một tiếng gọi, một chiếc lá rơi, một cơn gió thổi. Tỉnh giấc dì thở dài! Tan cơn mộng vàng ở chốn thần tiên!

Cũng có khi dì giận đời. Dì nằm suốt ngày trong phòng không muốn gặp ai, giấu kín những rối rắm trong lòng. Đêm đen ngày cũng đen. Chỉ có tình thương, nhất là tình thương của người mẹ, là ánh sáng sưởi ấm cuộc đời.

Ông tôi mất sớm, bà tôi bịnh càng ngày càng nặng, bà càng nằm nhiều hơn. Dì tôi chăm sóc bà, suốt ngày dì quanh quẩn bên bà và dì trở thành mối giây liên lạc mật thiết giữa bà và khu vườn bên ngoài. Đã nhiều năm bà không bước chân xuống khỏi giường nhưng bà biết rõ mọi thay đổi trong khu vườn. Bà biết rõ cây mít sau nhà năm nay có trái nhiều hay ít, cây đào mùa xuân năm nay ra hoa sớm hay muộn, cây bưởi mới ra hoa rất thơm, hoa sen bắt đầu tàn cho những cái gương sen đứng thẳng giữa hồ... Mỗi sáng dì tôi đi dạo một vòng quanh vườn rồi vô nhà cười nói vui vẻ:

- Nì mạ, cây chuối sau nhà bắt đầu có trái rồi, vài tuần nữa là mình cắt hoa chuối ăn bún bò, ba tháng sau là mình có chuối ăn phải không mạ?

- Nì mạ biết không? Hoa ngọc lan nở nhiều rồi mà chưa thấy ông lái hoa tới hái, hoa oanh trảo cũng chín vàng rụng cả rồi, năm nay ông tới trễ mạ hè...

Vài tháng sau khi trái chuối đầu tiên bắt đầu vàng, dì hớn hở khoe:

- Mạ, mạ, chuối bắt đầu vàng rồi, tuần sau mình chặt cả buồng rồi đem giú được chưa mạ?

Dì hỏi như vậy nhưng chặt buồng chuối hay không là do bà tôi quyết định, rau hái nhiều hay ít, đào chín hái vô cúng, hoa huệ thơm để ở bàn thờ nào... tất cả đều do bà tôi chỉ định. Buổi sáng bà phát tiền chợ cho Lài và Mua, hai cô gái nhỏ giúp việc, bà ra thực đơn, nếu hôm nay nấu canh mít, bà dặn:

- Con nhớ hái lá sân lá lốt bên góc giếng bỏ vô canh mít mới thơm.

Nếu hôm đó ăn món thịt luộc thì bà dặn:

- Con ra coi cây vả trước nhà và cây khế sau hồ có trái ngon thì hái vô làm rau sống…

Dì là người bạn thân thiết của cây cỏ hoa trái trong vườn. Tình yêu hoa trái của dì trở thành đôi mắt sáng của bà tôi. Nhờ dì bà tôi biết rõ khu vườn từng gốc cây từng ngọn cỏ. Suốt ngày hai mẹ con thì thầm to nhỏ, vui cười với nhau giữa ngôi nhà rộng trong những lúc vắng bóng con và cháu. Bà tôi nhờ vậy mà vui tuổi già, dì tôi nhờ vậy mà quên đi phần nào sự thua thiệt trong số phận làm người. Những khoảnh khắc mê muội, những khoảnh khắc được soi rọi rồi cũng trôi qua, cuộc đời chầm chậm trôi, không vội vàng.

Dì sống giữa khu vườn rực rỡ hương sắc bốn mùa và sự đùm bọc ưu ái của anh chị em cùng tình thương vô hạn của người mẹ già. Dì là nỗi nhớ không rời của đàn cháu nhỏ dành cho người dì thân yêu.

9. **Ngọn Lửa Hồng**

Vốn dòng dõi Tôn Thất Tôn Nữ, bà tôi rất đẹp, dáng người thanh lịch cao quý, thuở trẻ từng nổi tiếng là Etoile (Ngôi Sao) của thành phố Huế. Trong gia đình trong họ hàng, Bà được biết là người hiền thục. Trước khi cưới bà tôi, ông tôi đã có một người vợ và hai con. Một trai và một gái. Gia phả của gia đình còn ghi lại Bà tôi là người mẹ hiền đã nuôi con riêng của chồng như con ruột của mình. Tấm lòng nhân hậu của Bà đã truyền lại cho các con. Tuy sống trong cùng một mái nhà nhưng các dì các cậu tôi thương yêu cháu nội cháu ngoại không phân biệt, đói no cùng chia đều, ngày Tết mua quà cho các cháu không thiếu một ai.

Bà ngoại tôi bị bại liệt, suốt ngày bà chỉ nằm trong căn phòng êm mát và ấm cúng, trong ngôi nhà cổ rộng mênh mông, giữa bầy con và cháu đông đảo.

Bà tôi nằm đó như một ngọn lửa hồng, như một vị quan toà phân xử mọi hờn giận giữa chúng tôi.

Mỗi sáng chúng tôi tranh nhau chạy ra vườn hái hoa cho Bà tôi uống nước trà. Hoa hồng nở quanh năm nên Bà tôi thích trà hoa hồng. Một loại hoa đặc biệt rất quý bà tôi rất thích là hoa mộc. Cây hoa mộc trồng lâu năm ngay góc tay mặt từ nhà bước ra, trông nó khẳng khiu như một thầy tu ép xác, vài chiếc lá nhỏ lưa thưa. Một ngày mùa đông giá lạnh, cái lạnh như đánh thức linh hồn hoa mộc tỉnh khỏi giấc say mơ, những chiếc hoa trắng nhỏ tinh khiết bừng nở, gởi một thông điệp bí ẩn cho người đời. Trời càng lạnh, hoa nở càng nhiều mùi thơm càng bay xa, hương thơm của hoa mộc thật không có lời nào diễn tả được. Một mùi thơm thanh khiết trong nhẹ và ngọt ngào. (Ở Mỹ hoa này nở tràn cây nhưng không thơm, hoa trồng ở Đà Lạt cũng không có mùi thơm như hoa ở Huế). Bà tôi có thể cảm nhận được hương hoa mộc từ trong giường của bà. Bà kêu "con ra hái hoa mộc đem vô cho bà". Những sáng mùa đông lạnh co ro, chúng tôi cũng tranh nhau dậy sớm chạy ra hái hoa mộc cho Bà tôi. Hoa ngọc lan hoa oanh trảo thì nở quanh năm, ngày nào chúng tôi cũng đánh đu trên cây ngọc lan lớn hái hoa đem vô bỏ quanh giường của Bà, hoa oanh trảo cây cao ít nhánh, không trèo được, chỉ đợi khi hoa chín vàng rụng chúng tôi mới lượm hoa. Chỗ nằm của Bà trở thành hàng hoa, khi nào cũng đầy hoa lá và hương thơm của nhiều loại hoa.

Ông tôi tuy mất đã lâu, cuộc sống gia đình có khó khăn nhưng nhờ Bà tôi nhân hậu, nhờ các cậu các dì hiếu thảo nên vẫn giữ cuộc sống gia đình đầm ấm yên vui mà linh hồn của đại gia đình vẫn là Bà tôi. Bà là trung tâm của thế giới nhỏ của chúng tôi, chúng tôi là những vệ tinh quay quanh mặt trời hồng nhiều vòng quay trong ngày. Các con đi học đi làm về là sà vào phòng kể hết mọi chuyện cho Bà nghe, các cháu đi học về cũng chạy vội vô phòng kể những chuyện ngây ngô của mình, bọn trẻ tranh nhau ríu ra ríu rít như điệu nhạc của loài chim buổi sáng ở quanh vườn. Bà tôi nằm nghe mỉm cười vui vẻ nhận sự quan tâm của bọn cháu nhỏ nhiều chuyện lao xao ồn ào. Bà nằm đó nhưng mọi sinh hoạt của con cháu, của gia tộc, của xã hội bà đều biết rõ, Bà nằm đó vui vẻ hiền hòa, nghe, cho ý kiến khuyên giải phân xử những tranh chấp giận hờn giữa các con các cháu từ chuyện lớn cho đến chuyện nhỏ.

Bịnh của Bà càng ngày càng khó khăn, Bà không tự ăn cơm được, đến bữa ăn, các con và các cháu thay nhau đút cơm cho Bà. Bà chưa bao giờ buồn phiền vì một chuyện thiếu chăm sóc nào cả, chúng tôi luôn ở quanh Bà trong vòng tình thương của Bà và trong không khí gia đình đầm ấm bao bọc quanh Bà. Bà cũng chăm sóc con cháu chu đáo. Những đêm tôi thức khuya học bài ở phòng khách bà cũng xót xa. Bà gọi tôi vào phòng và dúi vào tay tôi vài cái bánh vài thứ trái cây, bà nói: "Con ăn đi kẻo thức khuya học bài mệt". Bạn bè tôi tới thăm, trong nhà có thứ gì, bà biết hết, Bà dặn: "Con lấy ra mời bạn của con". Bà nằm một nơi như một thứ ánh sáng thông thái soi thấu mọi sự việc trên đời.

Là ánh sáng của gia đình là ngọn lửa của tình thương, Bà là nguồn sống mạnh mẽ luôn tươi mát của ngôi nhà cổ, Bà đem đến nụ cười tình thương lời an ủi ngọt ngào, mọi chuyện xảy ra quanh chiếc giường của Bà là xảy ra trong không khí đầm ấm vui vẻ đầy tình thương yêu.

10. **Huế Quê Ngoại**

(*Kính dâng Hương Hồn Ngoại kính yêu.)*

Huế quê Ngoại là những ngày nắng cháy,
Đi học về phải đội nón bài thơ,
Cầu Trường Tiền ai đó đứng ngẩn ngơ?
Chân bước vội nghe một trời gió thổi.

Huế quê Ngoại có những ngày ve kêu ran,
Ngồi học trong vườn mắt liếc bướm vàng,
Trái ổi chín trên cao trái đào đỏ mọng,
Trái hồng quân theo gió đong đưa.

Huế quê Ngoại có những chiều thu bối rối,
Những chiều đông buồn nhớ tái tê,
Bão lụt cứ mỗi mùa như ước hẹn,
Dội vào lòng người dân Huế yêu quê.

Huế quê Ngoại có những ngày xuân dìu dịu,
Mưa không nhiều mưa chỉ đủ thấm vai,
Đón những người bước đến thôn Mai,
Nghe pháo nổ giữa trời xuân rộn rã.

Huế yêu ơi có nhớ Ngoại hiền từ?
Bà nằm đó như quê hương êm ả,
Nhớ những người con vội vã ra đi,
Giữa những ngày bốn bảy chia ly!

Bà nằm đó bên dòng sông đang chảy,
Dòng Hương Giang xao động đêm ngày,
Mang cuộc đời nhiều trắc trở trôi đi,
Ngọn gió trên sông còn muốn nói gì!

Bà nằm đó chiều chiều con cháu đến,
Kết tóc tơ thành một vòng hoa,
Như ngày xưa Bà cùng ai đi dự tiệc,
Làm mơ màng Bà nhớ lại ngày xưa.

Quên tuổi già Bà sống lại như mơ,
Như Huế hồi sinh sau những ngày điên đảo.

Bà Ngoại tôi đã ra đi theo thời gian,
Quê Ngoại tôi đi theo dòng lịch sử,
Hai dòng đời ở trong tôi bất tử,
Ôi! Nhớ lắm! Thương nhiều! Huế yêu ơi!

Sài gòn, tháng 4/ 1980

TƠ

11. **Mẹ Tôi**

Dịu hiền và thơm mát
Mẹ đã cho con cả dòng đời bát ngát.

Nước mắt tôi lại ràn rụa ra rồi. Cứ mỗi lần nhắc đến Mẹ là tôi không cầm được nước mắt. Tại sao người Mẹ Việt Nam lại khổ đến thế, cực đến thế, hy sinh nhiều đến thế và đau buồn nhiều đến thế?

Mẹ tôi sinh ra vào đầu thế kỷ XX (1919). Thực dân Pháp đã đặt ách đô hộ lên nước ta, cai trị dân ta nhưng đồng thời cũng thổi vào một luồng gió mới làm thay đổi bộ mặt xã hội. Phong tục tập quán, quan niệm xã hội, quan niệm giáo dục con trai con gái cũng thay đổi. Đến năm bảy tuổi trai gái đều được đi học như nhau không còn phân biệt như trước. Trong chế độ phong kiến chịu ảnh hưởng luân lý hủ lậu khắc nghiệt của Tàu (nam nữ thụ thụ bất thân, Nhất nam viết hữu thập nữ viết vô…) con gái không được đi học, hoặc có người đến nhà dạy thì cũng chỉ được ngồi sau bức màn the để học một cách không chính thức.

Ông bà tôi sinh nhiều con, và dù trong nhà đã có vú em, người làm bếp, người kéo xe, người làm vườn, nhưng bà tôi vẫn cần một người giúp bà trong việc chăm sóc con nhỏ. Thế là ông ngoại tôi không cho đứa con gái đầu đi học nữa, người đó sau này là mẹ của tôi.

Như một thiên thần gãy cánh, bị tước đoạt mọi ước mơ, cô gái trẻ đẹp hiền dịu đành ở nhà giúp mẹ chăm sóc các em nhỏ. Các cậu tôi mãi sau này vẫn còn nhắc lại câu nói từ lúc còn nằm trong nôi: "Lam, làm lạt thêm đường". Là vì bà tôi không đủ sữa cho con bú nên phải nấu cháo lấy nước bỏ thêm đường cho con uống. Những việc đó mẹ tôi đều phải làm. Tuổi hồng tuổi thanh xuân tuổi mộng mơ của mẹ tôi trôi qua trong việc chăm sóc các em.

Đến năm 19 tuổi mẹ tôi đi lấy chồng. Mẹ tôi kể:

- Me không biết chi cả! Lúc đó ông Tú, chú của me, dẫn tới một người đàn ông. Ông Tú kể: Người đàn ông này một hôm dẫn một người lạ đến cửa hàng buôn bán của ông và người này muốn vay một số tiền. Ông Tú cần có người ký tên bảo lãnh mới cho vay. Vậy là người mà sau này trở thành ba tôi đã ký giấy thế mạng và ông phải trả món nợ thế thân đó khi con nợ biến mất. Thật khó kiếm một con người có lòng hào hiệp như vậy trong đời! Thế là ông Tú liền đưa về giới thiệu cho ông ngoại tôi. Lúc đó mẹ tôi cũng đã đến tuổi lấy chồng, ông bà ngoại tôi thích lắm, vì vậy bằng lòng gả con gái ngay.

Cuộc đời riêng của mẹ tôi có lẽ vui ít khổ nhiều. Năm 1941 bà sinh chị tôi, năm 1942 sinh ra tôi, 1945 sinh em trai tôi, 1946 sinh em gái nhỏ của chúng tôi mà em đã nằm lại vĩnh viễn trên một ngọn đồi ở Quảng Trị khi chúng tôi đi tránh nạn giặc Pháp giặc Nhật tranh nhau miếng mồi Việt Nam. Sau khi bùng nổ chiến tranh Pháp Nhật Việt trên quê hương của chúng ta, lực lượng Việt Minh bắt đầu mạnh lên, đất nước phân chia thành nhiều vùng; vùng địch, vùng tề, vùng tự do. Ba tôi lúc đó đang làm việc tại Bồng Sơn, ông bị kẹt trong đó cùng với nhiều người khác. Mẹ tôi, một người mẹ ít được đi đến trường với ba con nhỏ, bà làm gì được để nuôi con? Cha đã mất, mẹ bị bại liệt nằm một chỗ, các em còn đi học. Bà làm gì được với ba đứa con nhỏ? Sau nhiều lần buôn bán thất bại, nhà đã bán, tiền đã hết, bà quyết định dẫn con đi tìm chồng. Đó là cách chọn lựa của nhiều người mẹ muốn đi tìm con đường sống, con đường tự do cùng thời kỳ cùng hoàn cảnh trong thời loạn ly.

Con đường đi từ vùng địch qua vùng tề đến vùng tự do là một con đường mạo hiểm ít người dám đi. Vậy mà mẹ tôi đã dẫn ba con nhỏ cùng đi với một đoàn người lạ.

12. **Con Đường Tử Thần**

Đó là năm thứ nhì chúng tôi đang học ở trường Gia Hội. Tôi còn nhớ năm đó chuẩn bị vào năm học mẹ đã may cho mỗi đứa một bộ áo quần mới, mua thêm đôi giầy mới, và một vòng chuỗi hột lấp lánh đeo ở cổ. Chúng tôi hớn hở đi đến trường chơi trò chơi thông thường của bọn con gái, nhảy dây, nhảy lò cò, chơi ô làng hoặc nắm tay nhau đi dạo quanh sân. Nhưng một hôm mẹ bảo chúng tôi không đi học nữa, ở nhà chuẩn bị một chuyến đi xa.

Rồi những ngày chia tay sắp đến, những tiếng xầm xì to nhỏ rì rầm. Bầu không khí u sầu bao phủ căn nhà. Bà ngoại tôi, các cậu các dì buồn lắm. Nỗi buồn thót tim gan như ngày cậu tôi bỏ nhà ra đi cách đó không lâu! Buồn thắt ruột như ngày cậu thứ tư bị bọn giặc Pháp bắt bỏ tù và đày đi Côn Đảo! Chuyến chia tay này biết có ngày gặp lại? Biết con cháu có đi đến nơi về đến đích? Con đường đi mà đôi mắt của kẻ thù như những họng súng luôn luôn chỉa thẳng về phía chúng tôi. Chị em chúng tôi đi theo mẹ, có mẹ là an toàn, có mẹ là có tất cả! Khung trời mơ ước của một đứa bé năm sáu tuổi là mẹ. Em tôi ba tuổi, mẹ thuê người để em ngồi trong cái thúng gánh phía trước, đầu thúng phía sau mẹ để áo quần đồ dùng của mấy chị em. Hai chị em chúng tôi đi theo sau mẹ, như cái đuôi xòe ra của con công.

Ra khỏi thành phố chúng tôi bắt đầu tìm chỗ ẩn trốn, con đường qua vùng tề vô vùng tự do, bọn Pháp săn lùng suốt ngày đêm, máy bay chúng thấy người là bỏ bom liền. Chúng tôi phải đi ban đêm trốn ban ngày. Rồi có khi phải qua đò sang sông, hình như đây là con sông quan trọng, giặc Pháp tuần tra suốt ngày đêm. Ban đêm nghe tiếng động trên sông là chúng nhả đạn như mưa. Người đưa đường của chúng tôi phải đi dò hỏi thật kỹ thật lâu thật an toàn mới dám đưa chúng tôi qua đò. Bước chân xuống đò không một tiếng động, không một tiếng ho, hơi thở cũng chỉ thở đủ mình nghe. Là những người chủ của đất nước vậy mà phải lén lút đi lại trên đất nước của chính mình, còn kẻ cướp nước thì vác súng nghênh ngang đi lại khắp trên đường, có ngược đời không? Có còn đạo lý không? Gặp đêm trời mưa, chúng tôi đi trên bờ ruộng, dưới chân là bùn, trên trời trước mắt mờ mịt như đi trong trò chơi bịt mắt bắt dê, tôi quờ quạng đi. Trước mặt là màu đen tối của địa ngục. Sau lưng là địa ngục, trên trời cũng là địa ngục, người Việt Nam chúng ta sống ở đâu? Mẹ tôi nói: "Con níu áo me mà đi" vì hai tay mẹ tôi cũng phải mang nhiều đồ dùng của gia đình rồi. Vài ngày sau, người dẫn đường nói vùng này có thể đi ban ngày được. Thế là tờ mờ sáng chúng tôi ra đi, đi suốt sáng suốt trưa suốt chiều cho đến chỗ nghỉ chân trước khi trời tối. Tôi còn nhớ, trời trưa nắng chói chang, chúng tôi cứ phải bước đều bước đều bước đều. Khi nào nghe tiếng máy bay của giặc là phải nhào vô ruộng lúa nằm sát đất, mặc bùn lầy nước đọng. Mặt trời như nung như nấu đốt hết cả chất nước trong người chúng tôi. Mẹ tôi nói: "Con ngậm nắm trà này vô miệng cho đỡ khát". Khi đi qua vùng có ruộng lúa, ruộng lúa ngút ngàn, xa xa là những mái nhà nhỏ ẩn sau lũy tre hoặc vườn dừa. Người dẫn đường vừa đi vừa bứt những gié lúa đang ngậm sữa nuốt thứ nước gạo tinh khiết trời cho, chúng tôi bắt chước làm theo. Một giọt nước đục như sữa trong hạt lúa nhỏ xinh xinh đã cứu đoàn người chúng tôi khỏi cơn chết khát.

Rồi vào một ngày tôi không biết là ngày thứ mấy, chúng tôi dừng chân tại một chân núi, núi gì tôi cũng không biết, tôi nghĩ có lẽ sắp qua đèo Ải Vân, con đèo lớn nhất trước khi đến Quảng Ngãi rồi vào Bình Định. Con đèo lịch sử đã đánh đổi công chúa Huyền Trân để lấy Châu Ô Châu Lý (Từ đèo Ải Vân, Thừa Thiên và Bắc Quảng Trị). Con đèo nổi tiếng nhiều cọp và cọp rất dữ, vì vậy, chúng tôi không dám qua đèo ban đêm mà phải đi ban ngày, không những thế, phải đợi có nhiều đoàn nhập lại cùng đi mới dám vượt đèo. Ôi! Giặc đuổi sau lưng giặc săn ở trên trời, bây giờ cọp dữ cũng muốn săn đuổi, chúng tôi biết đi về đâu? Vì đâu những con người Việt Nam vô tội phải hứng chịu bao nghịch cảnh bao hiểm nguy như những kẻ tội đồ đang vượt ngục đang lẩn trốn, như những kẻ tội lỗi xấu xa bị xã hội ruồng bỏ không dám đứng thẳng lưng ngẩng mặt nhìn ánh mặt trời?

Mấy ngày liền trôi qua, chúng tôi vẫn đợi. Không khí núi rừng vào những ngày này rất nóng bức, cuộc hành trình dài chưa kết thúc làm cho chúng tôi vô cùng mệt mỏi và lo lắng. Dù còn nhỏ nhưng lúc bấy giờ tôi cũng còn nhớ giọng hát buồn ão não của một thanh niên trong đoàn, anh ta cứ hát đi hát lại mãi mấy câu hát buồn:

Trèo lên núi Chuối nửa ngày,
Sao núi độ rày buồn lắm núi ơi?
Núi rằng núi tủi mấy người
Bỏ cha bỏ mẹ theo đời chiến binh.

Dù ở giữa rừng hoang nhưng chúng tôi không dám đi đâu xa, chỉ quanh quẩn bên chiếc lều tre nhỏ, gần tối là lo đốt lửa lên không ai dám rời lều.

Chim bay về núi tối rồi,
Không cây chim đậu không mồi chim ăn.

Giọng anh buồn như sợi tơ nhện giăng trên khói bếp ngậm ngùi vang lên.

Trời đang ngả về chiều. Mây hoàng hôn giăng giăng buồn. Mặt trời kề cận chân núi, rực rỡ như hắt ra những tia lửa cuối cùng trước khi chìm vào bóng tối âm u. Các bà mẹ đang lo bữa cơm chiều. Bỗng mẹ tôi vùng đứng lên kêu lớn:

- Ôi, con tôi, con tôi đâu rồi? Con ơi! Con ơ ơ ơ ơi ơi…

Giọng mẹ tôi kinh hoàng như người đang rơi xuống cõi âm ti. Tiếng mẹ ầm vang khắp chín phương trời mười phương Phật.

Ôi! Quả đất đã bị sập bẫy không tìm được đường ra nên quay vòng vòng? Hay bọn giặc Pháp đã đánh cướp quỹ đạo làm cho đất không còn chỗ đứng? Trời đất như lộn nhào quay bốn vòng tám hướng. Tất cả mọi người ào ra khỏi lều chạy tứ tán vừa chạy vừa hú gọi tên em tôi. Họ chạy bốn phía, xa đến mức họ nghĩ em tôi có thể chạy đến được, họ vạch từng bụi cây ngọn cỏ. Họ nói nếu không tìm được em tôi trong chốc lát thì em tôi sẽ bị cọp vồ! Ôi thôi thôi. Mẹ con chúng tôi bắt đầu khóc như mưa như gió, như cơn hồng thủy sắp ập đến cả trần gian, lần lượt mọi người trở về, không có em tôi. Chị tôi và tôi cũng nắm tay nhau nức nở khóc. May thay! Nhờ ông Trời có mắt, mắt ông Trời mở sáng như một mặt trời lớn chiếu vào bụi rậm và một người đã nhìn thấy em tôi ở đó. Em tôi đang ngồi trong bụi cây sát cạnh lều. Mẹ tôi ôm lấy em nước mắt càng tuôn rơi như sông Ngân Hà lủng đáy, sông Thạch Hãn sông Côn mùa lũ, sông Lại Giang tràn bờ sông Hiền Lương gãy khúc. Chúng tôi cùng ôm lấy em và cảm nhận một sông Hương đang chảy dịu dàng. Ôi kho báu của trần gian. Em là kho báu của gia đình chúng tôi mà may thay Alibaba và bốn mươi tên tướng cướp đã không tìm ra câu thần chú. Em nói:

- Con chơi đánh lộn với bạn, con sợ me la con.

Em vừa nói vừa ôm chặt lấy mẹ tôi. Nó cũng sợ run rẩy, mặt xanh như con tắc kè nằm giữa bụi chuối. Em nói:

- Con nghe mấy người hú tên con làm con sợ quá.

Tiếng hú gọi, tiếng kêu tiếng la như vẫn còn âm vang giữa núi rừng nghe ghê rợn như điệu nhạc ma quái giữa mây ngàn gió núi.

Giữa lúc chúng tôi lo lắng vì thời gian chờ đợi lâu hơn dự tính, lương thực cạn dần, nếu không đi đúng lúc chúng tôi sẽ đói. Mọi người xì xào bàn tán. Họ nói rì rầm nghe như lời than vãn trước ngày tận thế. Mỗi ngày chúng tôi đều dõi mắt nhìn về hướng chân đèo. Rồi niềm hy vọng cũng hé lộ dần như tia sáng mặt trời chiếu lúc hừng đông. Một nhóm người từ từ hiện ra. Mệt mỏi gần như kiệt sức. Họ ào vào lều chúng tôi. Nghỉ ngơi lấy lại sức.

Cuối cùng chúng tôi qua đèo an toàn. Rồi chúng tôi tiếp tục đi, đi rồi ẩn trốn, trốn rồi lại đi, lén lút trốn tránh như những kẻ trộm xấu xa nhất ngay trên đất nước của chính mình. Chỉ những khi đi trong đêm khuya dưới trời cao lồng lộng chúng tôi mới hít thở được bầu không khí tự do của quê mẹ quê cha. Ơi tự do ơi tự do! Bài hát tự do phải xuất phát tự lòng mình, bài hát tự do phải đánh đổi bằng lao động của đôi tay và khối óc, bằng máu xương và nước mắt của cả dân tộc suốt một ngàn năm một trăm năm...

Qua khỏi đèo, khỏi núi, ra khỏi rừng, rồi bắt đầu đi vào đồng bằng. Ruộng đồng xanh mát bắt đầu hiện ra, xa xa là lũy tre làng ấm cúng quen thuộc, những vườn dừa cây cao dáng thẳng xôn xao gió mát. Chúng tôi thở phào nhẹ nhõm, như muốn trút hết mọi lo lắng sợ hãi tích chứa trong lòng suốt thời gian qua.

13. **Bồng Sơn Xứ Mít Xứ Dừa**

Công đâu công uổng công thừa
Công đâu gánh nước tưới dừa Tam Quan

(Ca dao)

Đó là đặc điểm của Bồng Sơn, điểm dừng chân của mấy mẹ con chúng tôi.

Bình Định trước kia là một vùng đất thuộc nước Chiêm Thành, nơi công chúa Huyền Trân, sau khi nhà Trần nhận sính lễ hai châu Ô châu Lý, đã về làm vương hậu của Chế Mân. Kinh đô Đồ Bàn đóng ở Quy Nhơn, phía nam huyện Phù Cát. Đến đời nhà Lê, Chiêm Thành mất dần phần đất phía bắc và vua Lê Thánh Tông năm 1471 đã lập thành phủ Hoài Nhơn gồm các huyện Bồng Sơn, Phù Ly và Tuy Viễn mà sau này trở thành tỉnh Bình Định. Năm 1832, nhà Nguyễn chia huyện Phù Ly thành hai huyện là Phù Cát và Phù Mỹ thuộc phủ Hoài Nhơn, gồm cả huyện Bồng Sơn.

Như vậy, Bồng Sơn là một huyện thuộc phủ Hoài Nhơn nằm về phía bắc của tỉnh Bình Định và phía bắc của huyện Phù Cát quê nội tôi. Lúc bấy giờ tỉnh Bình Định thuộc Liên Khu V do chính quyền Việt Minh cai quản, coi như vùng tự do. Chúng tôi không còn sợ hãi bóng dáng kẻ thù nữa. Mọi người bắt đầu chia tay đi về nơi ở của mình. Chúng tôi cũng tự do tung tăng và vào một buổi chiều chan hòa ánh nắng, ba tôi đón chúng tôi vào một căn nhà tranh nằm giữa vườn dừa xanh lộng gió.

Ba tôi thuê căn nhà nhỏ này, chúng tôi ở chung với chủ nhà. Hằng ngày tôi còn nhớ chúng tôi theo chủ nhà lên vùng đất cao gọi là rẫy, để hái mít, đào củ sắn, củ khoai. Ruộng lúa thì trồng ở vùng thấp nơi có nhiều nước. Bồng Sơn là xứ của mít và dừa. Chúng tôi ăn cơm độn hột mít, dừa thì cạy lấy cơm dừa, cắt ra từng lát mỏng kho với nước mắm. Lúc đầu chúng tôi thích lắm tranh nhau ăn, nhưng ăn nhiều rồi nghe mùi mít hương dừa là sợ. Hột mít nấu với cơm, mít chín thì kho, mít non thì nấu canh. Mít ăn nhiều quá ai cũng sợ mít, mít chín không hái rơi rụng trên rẫy, mẹ tôi lượm về bóc lấy múi trộn với muối đem phơi nắng, một thời gian sau chúng tôi có thứ nước mắm thơm ngon đặc biệt: nước mắm mít của bà Lam. Là xứ của dừa, nhà nào cũng có dừa nhưng giao thông đứt đoạn thì biết bán cho ai? Chủ nhà hái dừa về chất ngoài sân trông như ngọn đồi nhỏ. Họ lấy cơm dừa để làm dầu dừa, nước thì tha hồ uống, uống không hết họ đem tắm giỡn chơi, đổ xuống đất. Thật là phí của trời.

Buổi tối mẹ tôi thường ra giếng nước trước vườn giặt áo quần, tôi theo mẹ ra chơi với mẹ. Vào một đêm trời trong gió mát, trăng sáng vằng vặc. Mẹ tôi ngồi giặt áo, tôi đứng bên cạnh nhìn trăng nhìn trời. Cảnh đồng quê thơ mộng cũng làm cho con bé bảy tuổi cao hứng, thay vì nói chuyện ba hoa bốn trái hay con cào cào châu chấu, chim sẻ chim chích chòe… tôi nói: "Me ơi, để con múc nước cho me". Tôi với tay lấy cái gàu ở bên kia giếng, rồi trong một tích tắc không thời gian không ý thức, hoàn toàn không biết tại sao, tôi thấy mình đứng ở dưới đáy giếng, hai tay bám chặt vào thành giếng như một phép lạ. Tôi kêu lên:

- Me ơi me! Con ở dưới này!

Tôi nghe tiếng mẹ tôi vang vọng:

- Làng xóm ơi! Cứu! Cứu! Con tôi rớt xuống giếng rồi!

Tôi ở dưới đáy giếng vừa run vừa sợ, tôi không nhớ sợ

đến cỡ nào, tưởng mình đang ở dưới âm phủ có điều chưa gặp Diêm Vương. Rồi tôi nghe có tiếng nhiều người chạy đến, tiếng một người đàn ông thả chiếc gàu xuống giếng và nói:

- Bám chắc lấy cái gàu, chú sẽ xuống đem cháu lên.

Một lúc sau ông trèo xuống giếng đỡ tôi lên, người bên trên thì kéo cái gàu lên từ từ.

Ra khỏi giếng, tôi ngỡ ngàng nhìn mọi người. Thật là hú vía, tôi chưa gặp Diêm Vương Hà Bá nhưng mọi người nói, kẻ té giếng té sông thường dễ bị khờ khạo ngớ ngẩn vì bị Thần Hà Bá bắt mất hồn. Mọi người nói: "Hú hồn đi. Hú hồn đi." Mẹ tôi tuy học không cao nhưng bà đọc nhiều sách, sách của các cậu các dì tôi mua về bà đều đọc tất cả. Bà thích phong trào đổi mới của nhóm Tự Lực Văn Đoàn, bà thích Thế Lữ, Khái Hưng, Nhất Linh. Đặc biệt bà thích câu chuyện Lê Phong Phóng Viên, Mai Hương và Lê Phong của Thế Lữ. Bà thích cô gái Mai Hương thông minh nhanh nhẹn mưu trí, mà lại vô cùng xinh đẹp duyên dáng đã làm cho chàng Lê Phong mạnh mẽ gan dạ phải xao động cả tâm hồn, và bà đặt tên cho chị tôi là Mai Hương, (nhưng khi đi làm giấy khai sinh, ba tôi viết lộn thành Quế Hương). Vì vậy bà không chịu kêu như mọi người dân làng vẫn thường làm: "Hú ba hồn bảy vía con Cúc ở đâu thì mau mà về!" Mặc dù thật sự tôi cũng sợ hết hồn hay sợ mất hồn mất vía như người ta thường nói.

Cũng may, hồn tôi vẫn là hồn tôi, bướng bỉnh khờ khạo lay lắt theo dòng đời cho đến ngày hôm nay!

14. **Quê Nội**

Bồng Sơn không phải là quê cha. Chúng tôi ở đó một thời gian ngắn, ba tôi được nghỉ phép mới dẫn chúng tôi về nhà.

Cuối cùng chúng tôi về quê nội, ở nhà ông nội, bác tôi ở đó. Bác chia cho chúng tôi gian nhà bên trái, sát đường đi, một đám ruộng trước nhà và một đám đất trong rừng.

Làng Phú Long xã Cát Khánh huyện Phù Cát thuộc tỉnh Bình Định, đó là quê nội của tôi. Tỉnh Bình Định là một tỉnh rộng lớn đồng bằng phì nhiêu, lại có nhiều núi nhiều đồi nhiều hang nhiều đèo, nhất là hổ báo hùm beo rắn rít với nhiều huyền thoại nhiều thơ ca ngâm vịnh:

Bình Định có ba dòng chảy,
Sáu dãy non cao,
Biển Đông sóng vỗ rạt rào,
Tháp xưa làm bút ghi anh hào vào mây xanh...

(Thơ xưa)

Làng Phú Long là một làng nhỏ ba mặt ôm trọn một góc chân ngọn Núi Bà là một dãy núi non trùng trùng điệp điệp thuộc rặng núi Trường Sơn ngút ngàn, mặt còn lại tiếp giáp cửa biển Đề Gi là cửa ngõ giặc Pháp thường đi tàu đến đó đổ bộ lên bờ tiến sâu vào thôn xóm cướp phá, tàn sát dân lành vô tội. Dãy Núi Bà bao quanh huyện Phù Cát nổi tiếng với nhiều ngọn núi mà người ta gọi là hòn như Hòn Hèo, Hòn Vọng Phu, cao nhất là Hòn Chuông... Hòn Vọng Phu chính là ngọn núi sừng sững mà tôi đã ngóng cổ nhìn ngắm mỗi ngày sau những bài học lịch sử về những trận đánh giữa các vị vua ngày xưa với các nước phía Nam như Chiêm

Thành Chân Lạp; là nơi chúng tôi sau này mỗi ngày vào đó lùng sục hái trái cây rừng, hái rau, lượm củi…

Mang dấu ấn lịch sử là sính lễ của Công Chúa Huyền Trân, Bình Định còn là nơi khởi nghiệp của ba anh em nhà Nguyễn Tây Sơn thời trước và gần đây các vị anh hùng Mai Xuân Thưởng, Tăng Bạt Hổ lập căn cứ chống Pháp ở những vùng núi non hiểm trở, ca dao Bình Định vẫn còn ghi dấu:

Ngó vô Linh Đồng mây mờ
Nhớ Mai Nguyên Soái dựng cờ đánh Tây.

Môn võ thuật Tây Sơn Bình Định là một yếu tố giúp Nguyễn Huệ bách chiến bách thắng, ngày nay vẫn còn lưu dấu trên đất nước ta đặc biệt là ở Bình Định. Môn võ thuật này đắc dụng trong chiến đấu nhưng cũng là môn võ tự vệ, dễ tập dễ nhớ, chỉ dùng vũ khí thô sơ nên vẫn còn lưu truyền âm thầm trong dân gian, giữa những người cầm cày cầm cuốc mà thỉnh thoảng tôi nghe nói họ còn cao hứng biểu diễn ngay trên ruộng của mình. Câu ca dao sau đây cũng được nhiều người biết đến:

Ai về Bình Định mà coi
Con gái Bình Định cầm roi đi quyền.

15. **Ngôi Nhà Ba Gian Hai Chái**

Đứng giữa ngôi nhà thờ lộng lẫy mới xây của bác tôi hồi cố về dĩ vãng, cuộc sống thật hoàn toàn khác xa. Cách đây sáu mươi năm, ngôi nhà này chỉ là ngôi nhà ba gian hai chái. Đó là kiểu nhà thông dụng dành cho những người khá giả trong làng. Dân bạch đinh, dân ngu khu đen ít tiền chỉ làm nhà chữ Đinh, một gạch sổ toẹt từ trên xuống theo chữ tượng hình của Tàu. Ăn mặc cũng chỉ được dùng các màu trắng đen nâu chàm, chớ dại dột đua đòi chưng diện kiểu trưởng giả học làm sang có ngày bị tội khi quân mất mạng như chơi.

Dù là nhà ba gian hay nhà chữ đinh, nhà cửa thôn làng tôi thường là nhà lợp tranh vách đất, nền nhà cũng bằng đất. Cứ đổ đất nhiều vào nện cho cứng thế là thành nền nhà. Đơn sơ đơn giản là cuộc sống nông thôn từ thời phong kiến kéo dài cho đến bấy giờ.

Từ cổng đi vào khu vườn của bác tôi, hai gốc hoa giấy bốn mùa rực rỡ hoa đỏ. Qua khỏi chiếc cổng là một lối đi ôm lấy khu đất hình vuông. Đây là khu vườn dành trồng các loại rau dùng cho bữa ăn hằng ngày, có hàng rào thấp nhỏ trồng đủ các loại hoa mà tôi rất thích. Vì bác chia cho chúng tôi gian nhà phía tay trái gần đường đi nên chúng tôi đi vào nhà phía tay trái. Con đường nhỏ trước mặt đi thẳng ra giếng, nằm giữa khu vườn rộng trồng nhiều cây ăn trái như dừa mít xoài... Khu vườn rộng phía sau nhà trồng khoai sắn mãng cầu… Lối đi ôm lấy hình vuông phía tay mặt đi vào gian nhà phía tay mặt. Đi hết lối đi nhỏ, lên một hai bậc cấp đến một sân rộng, phần đất ngoài cùng bác trồng hoa, còn lại là sân đá vôi, ôm lấy sân vuông rộng là ngôi nhà ba gian hai chái. Thời bấy giờ không có sân xi măng như ngày nay. Nhà nghèo thì chỉ làm sân đất mà sau mỗi vụ mùa phơi lúa thì lúa gạo trộn đầy những hạt đất nhỏ. Nối liền hai chái nhà hai bên là ba gian nhà nằm ngang liền nhau, hai gian đầu là nhà thờ trang trọng tôn nghiêm, gian tiếp thông xuống bếp là nơi ở của cha mẹ, chái nhà bên trái có lẽ để cho con trai nhưng bây giờ gia đình chúng tôi ở đó, chái nhà bên phải thông với bếp là nơi dành cho con gái. Vì có cấu trúc như vậy nên kiểu nhà này được gọi là nhà ba gian hai chái. Ở những thôn giàu có hoặc ở gần kinh đô, người ta còn làm nhà năm gian hai chái.

Nhà chữ đinh đơn giản hơn. Chỉ là một dãy nhà ngang chia làm nhiều phòng. Phòng đầu tiên dành cho việc thờ cúng, kế đến là phòng ở của cha mẹ và con cái, cuối cùng là bếp, sau đó là chuồng heo. Chuồng bò thường cất ở cuối khu vườn sát đường đi. Nhà nào cũng có hàng rào tre trúc bao bọc xung quanh, quanh năm lá xanh rì rào nhiều điệu nhạc thân quen không bao giờ dứt.

Những kiểu nhà này đã tồn tại từ lâu đời và ngày nay vẫn còn ở quê tôi, nhưng bên cạnh đã xuất hiện nhiều ngôi nhà gạch kiểu mới lợp tôn, khang trang sạch đẹp hơn, có điện có nước giếng khoan từ lòng đất lên.

Dân Nẫu

Quê tôi có cách xưng hô tương tự hai miền Nam Bắc nhưng gần miền Nam hơn. Họ gọi con theo thứ tự bắt đầu từ Hai, không gọi con đầu là con Cả như người miền Bắc (có lẽ miền Bắc chịu ảnh hưởng từ Tàu). Sau khi lấy vợ lấy chồng sinh con, họ được gọi theo tên con, vì vậy, tên thật của họ mà họ thường gọi là tên cúng cơm ít người biết đến, chỉ những người có chức danh có đi làm việc người ta mới gọi kèm thêm tên thật. Bác và chú tôi đi dạy học được gọi là ông Trợ Trì, ông Giáo Trung mà không gọi theo tên đứa con đầu. Người hàng xóm gần nhà tôi nhất là ông Kiền nhưng thật sự Kiền là tên con gái đầu của ông ấy, đó là chị Hai Kiền có hai má lúm đồng tiền rất duyên dáng.

Trong giao tiếp hằng ngày họ gọi nhau bằng thứ tự trong gia đình, họ không gọi người con thứ nhất là Cả mà là Hai, nên ba tôi con thứ ba họ gọi mẹ tôi là thím Bốn. Chú Thím Ông Bà Anh Chị là cách xưng hô chung, họ không gọi Cô Bác Cụ như người miền Bắc, hay Dì Cậu Má Ngoại như người Miền Nam, và thông thường họ xưng Tui một cách quê mùa cục mịch. Đặc biệt họ dùng chữ Nẫu để chỉ ngôi thứ ba số nhiều (những người ấy, họ), nên người ta thường chế diễu dân Bình Định là dân Nẫu.

16. **Sống Đời Nông Dân**

Ai ơi bưng bát cơm đầy,
Dẻo thơm một hột đắng cay muôn phần.

Ca dao

Chúng tôi đã có nhà, có ruộng, có vườn. Chị em chúng tôi đã về sống trên mảnh đất nơi ba tôi sinh ra đời, nơi mà văn chương thơ phú ca ngợi là quê cha đất tổ, nguồn cội quê hương, nơi có lũy tre làng, có hàng dừa xanh, cây đa giếng nước, bờ ao đình làng… Chúng tôi nhận lấy quê cha một cách tự nhiên không ngần ngại, như chúng tôi đã từng có quê mẹ từ thuở mới chào đời.

Mẹ tôi, người con gái đất kinh kỳ về làm dâu xứ Bình Định, như công chúa Huyền Trân từ giã kinh đô Thăng Long về làm dâu xứ Chàm.

Vốn là người có tinh thần tự lập, có ý chí mạnh mẽ, giờ đây có cơ sở sinh sống, mẹ của tôi sẵn sàng chấp nhận cuộc sống mới lạ ở nơi xa xôi hẻo lánh này không chút ngại ngần. Thêm vào đó, để phục vụ cho công cuộc kháng chiến chống Pháp đang diễn ra ngày càng gay gắt, chính quyền Việt Minh đưa ra nhiều hoạt động sôi nổi làm cho lòng người cũng rộn ràng thêm. Những buổi họp, những buổi hội thảo, những cuộc vận động tuyên truyền tinh thần tự túc tự cường, tăng gia sản xuất, hủ gạo cứu đói… để hỗ trợ chiến trường chống giặc giữ nước, ăn đũa hai đầu để bảo vệ sức khỏe… đã gieo trồng vào lòng mọi người một tinh thần yêu nước chống giặc ngoại xâm mãnh liệt. Tất cả những điều mới mẻ đó đã tác động mạnh vào tâm hồn của mẹ tôi. Mẹ tôi vui vẻ cởi bỏ lớp vỏ thành thị, nhập thân làm một nông dân tay lấm chân bùn không đắn đo suy nghĩ, chịu đựng cuộc sống dầm mưa dãi nắng tay làm hàm nhai tay quai miệng trễ.

17. **Học Làm Ruộng**

Ở nơi quê hương mới, chúng tôi bắt đầu học cách sống đời nông dân.

Ba tôi làm việc ở Bồng Sơn, lâu lâu về thăm nhà. Ba tôi là con nhà nông ở nơi đồng ruộng, vậy mà chưa thấy ông cầm cuốc cầm cày bao giờ. Mẹ tôi con nhà quan, là tiểu thư ở chốn kinh kỳ, lấy chồng theo chồng nên phải chịu mọi gian nan khổ cực.

Lấy chồng thì phải theo chồng
Chồng đi hang rắn hang rồng cũng phải theo.

Ca dao

Mẹ tôi đã có gánh nặng ba đứa con giờ gánh thêm một đám ruộng và một đám đất. Đôi vai của mẹ gầy giờ lại càng xác xơ trơ mười hai xương sườn lòi cả mười xương sống. Mẹ phải học cách gieo mạ, nhổ mạ cấy lúa. Lúa cấy xong rồi phải làm cỏ, phải canh cho nước đầy đủ. Tất cả những công việc đó mẹ tôi đều phải học và phải làm.

Trước hết là gieo mạ

Trước mặt nhà chúng tôi là cánh đồng xanh luôn luôn ngập nước. Ruộng của chúng tôi ở đó. Đám ruộng nhỏ nằm sát con mương nhỏ. Bờ mương mọc đủ loại cây xanh, bông hoa chen lẫn điểm tô đủ bốn mùa thay đổi. Phần ruộng sát bờ mương đất hơi cao khô ráo, chúng tôi dành phần đất đó để gieo mạ. Mẹ chúng tôi ngâm lúa suốt đêm cho nảy mầm rồi sáng hôm sau thuê người gánh ra ruộng gieo.

Lần đầu tiên ra ruộng, chị em chúng tôi đi theo mẹ. Đầu trần chân đất, quần xăn tới gối, hoặc đầu đội nón lá, khi nóng nực thì hất cái nón ra sau lưng, ngước mặt lên trời hứng cơn gió mát. Tôi hốt từng nắm lúa nhỏ, xoay người rồi tung lên trong gió, vừa làm vừa cười. "Me ơi, cây lúa chỗ này là của con". Mẹ tôi đang cố gắng làm theo mấy người thợ cho xong sáng hôm nay, ngày mai còn phải lo đám đất ở trong rừng. Sau một thời gian lúa non mọc lên cao độ hai tấc, chúng tôi gọi là mạ. Nhổ mạ bó từng bó bằng vòng tay sau đó mới đem đi cấy.

Cấy Lúa

Người ta đi cấy lấy công,
Tôi nay đi cấy còn trông nhiều bề.
Trông trời trông đất trông mây,
Trông mưa trông nắng trông ngày trông đêm.
Trông cho chân cứng đá mềm,
Trời yên bể lặng mới ra thái bình.

Ca dao

Trước đám ruộng đầy nước ngập bùn, chúng tôi ngần ngại đứng trên bờ, mẹ tôi bước xuống ruộng rồi đi ra xa. Mẹ vẫy tay gọi:

- Các con ơi, xuống đây.

Nghe lời mẹ, hai chị em tôi bước xuống ruộng. Một cảm giác mát lạnh nhưng bất an khi hai bàn chân ngập trong bùn. Nếu cứ nhút nhát sợ hãi lười biếng ngồi trên bờ thì làm con gián suốt ngày ở trong xó kẹt, làm con trùn đục đầu trong đất, làm con muỗi suốt ngày theo hút máu người, làm con dơi lén lút ẩn trong đêm tối tăm mịt mù. Chúng tôi muốn làm người, làm những con người siêng năng làm việc như mọi người xung quanh, đứng thẳng lưng đầu ngẩng cao nhìn mây bay gió thổi nhìn trời cao trời rộng trời bao la;

những con người lúc nào cũng vui vẻ, hăng hái, việc gì họ cũng làm được, họ làm không ngần ngại, giúp người không tính toán, thân thiện cởi mở.

Nghề làm nông thật là vất vả. Ôm bó mạ trong tay, tôi vụng về chiết từng nắm mạ nhỏ rồi cấy xuống bùn. Lần đầu tiên bước chân xuống đám ruộng ngập bùn, mọi người cứ tưởng tượng đi. Quần thì xăn lên tới đầu gối, nếu thấy con gì nhúc nhích dưới chân mình thì nhảy đại lên bờ. Ôi thôi, con đỉa đeo dính cứng ngắc đây rồi. Tôi lấy tay kéo nó thì nó dài ra, nhưng bỏ tay ra thì nó thun trở lại, như một sợi giây thun biết hút máu người. Tôi hét lên: "Me ơi! Me ơi! Con gì hút máu con". Mọi người cười ha hả. Mẹ tôi trèo lên bờ, móc trong túi ra gói vôi nhỏ trộn với ớt, nói: "Con bôi vô miệng con đỉa, nó rớt ngay". Ồ! Gói vôi nhỏ mà có phép lạ hay sao? Con đỉa rớt liền, hèn chi người ta nói "*Như đỉa phải vôi*".

Nhưng rồi mọi chuyện cũng quen, sau nhiều lần xuống ruộng, tôi cũng quen dần với cảm giác là lạ dưới đôi chân, con tôm bơi qua, con cá nhỏ bơi lại, con giun ngọ nguậy ở đầu ngón chân, thỉnh thoảng con cá lóc dẫn một bầy cá con mới nở bơi vòng vòng, hay quẫy đuôi đớp mồi để lại những vòng nước tròn lan xa. Nếu để ý sẽ cảm nhận được cả một thế giới sinh động dưới mặt bùn. Cứ tha hồ mơ mộng mơ màng đi, khi lên bờ mới biết, tôi nhìn xuống hai chân tôi, ôi trời đất ơi! Cái gì đây? Chân tôi chứ có phải cái tổ đỉa đâu! Tôi nhào đại xuống bờ ruộng hai chân đập lia lịa như nhà nông đập lúa! Mọi người cười ha hả. Họ nói: "Cô Ba thành thợ cấy thợ gặt được rồi".

Cấy lúa không nhanh như gieo mạ, người ta phải làm nhiều người, làm suốt ngày mới xong. Cấy lúa nhổ cỏ là công việc tương đối nhẹ nhàng nên thường là công việc của các cô các bà. Trên cánh đồng rộng, đến mùa cấy mùa nhổ cỏ, người ta thường đồng loạt làm cùng nhau. Nhiều người trên ruộng của mình, cúi gập người đội trời đội cả nắng và gió, ngâm mình dưới nước từ sáng tới trưa từ trưa tới chiều. Để chống chọi với nắng nóng, mỏi mệt, họ dùng tiếng hát câu hò như một vũ khí, một thứ vũ khí tinh thần, để quên bớt nhọc nhằn của cơ thể. Bởi vậy vào mùa cấy mùa làm cỏ, nếu ra đồng sẽ được nghe tiếng hò của họ vang trong gió, họ hò liên tiếp, người này dứt câu thì sẽ có người khác cao hứng đáp lại liền. Tiếng hò của họ cứ thế theo gió bay xa, như sóng lúa rập rờn trên cánh đồng êm ả.

Không phải là người hát chuyên nghiệp có đam mê có tập luyện, họ chỉ là những người chị những bà mẹ bình thường đã quen với việc ru em ru con. Những câu hát ru trong căn nhà ấm cúng trên chiếc võng trưa hè oi ả giờ trở thành những câu hát hò đối đáp giữa trời rộng có mây bay gió thổi, có thấm giọt mồ hôi, có trời tự do, tiếng hò tiếng hát như có thêm sức mạnh càng hưng phấn réo rắc bay xa.

Họ hát để quên nhọc nhằn, người nghe cũng quên mỏi quên đói.

Họ thường hát những câu quen thuộc như những lời tâm tình tâm sự, như ước như mơ, thông thường họ hát:

Bầu ơi thương lấy bí cùng
Tuy rằng khác giống nhưng chung một giàn

Thân em như tấm lụa đào
Phất phơ trước gió biết vào tay ai?

Chiều chiều ra đứng ngõ sau
Ngó về quê mẹ ruột đau chín chiều.

Bất bình trước tình đời thế sự cũng là một đề tài quen thuộc:

Hò ơ...
Gió đưa cây cải về trời,
Rau răm ở lại chịu lời đắng cay...

Hay cảm thương người anh hùng chân đất, đóng quân ở Truông Mây trong dãy Núi Bà, chủ trương cướp tài sản của nhà giàu để giúp người nghèo khổ, cuối cùng bị quan quân tiêu diệt, chết thảm trong thành:

Chiều chiều én liệng Truông Mây
Cảm thương Chú Lía bị vây trong thành.

Vè Chàng Lía

Mai Xuân Thưởng, quê ở huyện Tuy Viễn, Tăng Bạt Hổ, huyện Hoài Ân, lập căn cứ chống Pháp ở núi Dinh, tuy sự nghiệp không thành, nhưng đã để lại tiếng thơm cho muôn đời trong sách sử của dân tộc, trong trái tim mọi người:

Mây chiều quấn quýt Hòn Dinh
Nhớ Tăng Tổng Trấn hết tình cứu dân.

Không như các cô gái kín cổng cao tường được giáo dục theo luân lý khuôn khổ chịu ảnh hưởng của Tàu ở kinh đô, cuộc sống nông thôn đòi hỏi công việc phải có nhiều người, phải làm cùng nhau, có đôi có bạn có sức mạnh của số đông thì mới mong thắng được những tai ách của thiên nhiên, vì vậy việc các cô gái hát đối hát đáp hoặc vui vẻ chọc ghẹo các chàng trai đi trên đường chẳng có gì lạ.

Hò ơ...
Hỡi anh đi đường cái quan,
Dừng chân đứng lại cho em than vài lời...

Hoặc dí dỏm đưa ra câu đố để làm quen:

Lá xanh cành đỏ hoa vàng,
Hạt đen rễ trắng đố chàng tên chi?

Hoặc thân tình mời gọi:

Ai về Bình Định đang trưa
Dừng chân uống bát nước dừa Tam Quan...

Trong khi các cô các bà ở dưới ruộng lo việc cấy lúa nhổ cỏ, có các chàng trai lo tát nước nữa thì cuộc hát hò đối đáp càng lả lơi thú vị hơn.

Hôm qua tát nước đầu đình
Bỏ quên cái áo trên cành hoa sen
Em có được thì cho anh xin
Hay là em để làm tin trong nhà?...

Hôm qua trăng sáng mờ mờ
Em đi tát nước tình cờ gặp anh
Vào vườn bẻ trái cau xanh
Bổ ra làm tám mời anh ăn trầu...

Mộc mạc đơn sơ đơn giản, những cuộc tình trên đồng ruộng dưới đêm trăng, cạnh bờ ao giếng nước đình làng, có Ông Tơ Bà Nguyệt kết nối xe duyên làm cho bức tranh cuộc sống thêm rộn ràng tươi vui.

Lỗ mội

Nhìn đám lúa vừa cấy xong lòng nhẹ như cơn gió xuân nhưng nỗi khổ như đám cô hồn gặp tiết tháng Bảy ồ ạt kéo đến. Gặp năm hạn hán nỗi khổ càng tăng thêm. Mẹ tôi phải theo dân làng vào tận trong núi làm công việc gọi là dẫn thủy nhập điền để đưa nước vào ruộng. Mẹ đi tới hai hoặc ba giờ sáng mới về. Chúng tôi nằm trong nhà lắng nghe từng bước chân bên ngoài hàng tre. Vẫn chưa nghe bước chân của mẹ. Ruộng của nhà tôi nằm cuối làng nên mẹ tôi phải là người về cuối cùng.

Dẫn được nước về ruộng rồi, mất nước, giữ nước là chuyện tiếp theo. Không phải lo chuyện nước mất nhà tan theo nghĩa thiêng liêng cao quý, nước ở đây là vũng nước đục đầy bùn trong đám ruộng. Vậy mà nó cũng dễ dàng bị mất. Mất ở đâu? Ai lấy? Lấy bằng cách nào?

Sau hôm dẫn nước về ruộng, mẹ con chúng tôi lòng phơi phới hăng hái ra ruộng ngắm công khó nhọc của mẹ. Đến nơi thì bất ngờ mẹ tôi kêu lớn:

- Nước của me! Công của me! Sao mất hết rồi?

Ngạc nhiên và đầy lo lắng, chị em chúng tôi hỏi dồn:

- Me! Me! Có chuyện gì vậy me? Me mất cái gì?

- Mất nước! Mất nước! Nước mất gần hết rồi.

Ôi thôi thôi. Mẹ tôi vừa nói, gần như khóc, vừa chỉ tay vào đám lúa xanh đang lên đòng. Không phải là vấn đề xương máu nhưng cũng là vấn đề tim gan sức lực của người mẹ yếu đuối.

Lúc đó bác tôi vừa vác cuốc đi tới, bác cười ha hả ha hả:

- Thím Bốn ơi thím Bốn. Cho thím học bài học đầu tiên để thím đừng hát bài "người nông dân tay lấm chân bùn nhưng lòng thật thà lương thiện."

Rồi bác lội xuống ruộng, đi dọc theo bờ đất nhỏ, vạch từng bụi cỏ, rồi bác reo lên đắc thắng:

- Tìm được kẻ trộm cho thím rồi.

Ngẩn ngơ như người đến từ cung trăng, như chú Cuội Già trở về trần, ba mẹ con chúng tôi ùa đến. Bác chỉ một lỗ nhỏ nằm dưới mặt nước nói:

- Kẻ trộm của thím nhỏ như dzầy nhưng nó xuyên qua ruộng bên kia hút nước của thím. Thím đắp kín lại. Tìm tiếp còn lỗ nào thì đắp kín hết. Lỗ mội đó.

18. **Trồng Mía, Ép Mía**

Cấy lúa nhổ cỏ lo cho đủ phân đủ nước, chờ lúa trổ đòng đòng, trĩu hạt chín vàng là tới tháng năm hạnh phúc. Trong khi đó thì lo đám đất. Đất ở trên rừng, vừa khô vừa đầy cát. Người ta có thể trồng khoai lang, khoai mì, mía, đậu, củ sắn (củ đậu theo người Miền Nam).

Nhiều người trồng mía. Mía già thì ép mía làm đường. Kết thúc mùa mía là những ngày vui lớn. Người ta chặt mía cùng một lúc với nhau chất quanh một đám đất rộng ở giữa rừng. Sau đó tổ chức ép mía lấy đường. Đêm ép mía là một đêm tưng bừng chẳng khác gì ngày hội. Cơm tối vừa xong là cả làng tập trung vào rừng. Họ bắt đầu đốt lửa lên và chuẩn bị ép mía. Trẻ con thì chạy quanh tha hồ đùa giỡn, thú vị nhất là tha hồ ăn mía. Mía chất cao kín một vòng, có răng tốt thì tha hồ nhai. Không biết sao lúc đó răng chúng tôi tốt thế nhỉ? Cầm một cây mía dài vừa làm vũ khí đánh nhau vừa dùng răng "xướt' mía nhai rào rào. (Giá như ngày nay cho thêm tiền cũng không dám!). Lửa cháy rần rần sáng rực cả một khu rừng. Bên ngọn lửa bập bùng giữa khu rừng tối đen như ngọn lửa thời tiền sử, những đứa trẻ chơi trò đuổi bắt chạy vòng quanh, người lớn thì lo lấy mía bỏ vô máy ép, những chiếc bóng nhấp nhô chuyển động không ngừng trông như một điệu múa rừng xanh thời tiền sử. Mọi người bắt đầu công việc, ép mía suốt cả đêm đến sáng mới xong cho nên người ta phải làm ngay.

Máy ép mía thô sơ, trông như cối xay gạo khổng lồ, có hai cần dài hai bên để mấy con bò kéo chạy vòng tròn. Nước mía chảy ra hứng vào một chiếc nồi lớn, nấu sôi xong rồi đổ vào những chiếc thùng miệng rộng đáy nhỏ, mật mía sẽ đọng lại ở đáy thùng, đường thì đông lại thành những tảng lớn vàng rực và óng mượt thơm phức mùi mía mùi mật mùi của niềm vui hạnh phúc, chan chứa tình làng nghĩa xóm yêu thương. Nhà chúng tôi không có mía nhưng sau đó cũng mua một thùng đường đem về nhà, giống như mang về một niềm vui chan hòa ấm áp.

Ánh lửa giữa rừng khuya mang vẻ ma quái còn mãi trong ký ức mịt mù sâu thẳm của tôi.

Gia đình chúng tôi không trồng mía mà trồng khoai. Khoai trồng sau ba tháng nhổ lên đem về là ăn được. Tôi còn nhớ những củ khoai mẹ con chúng tôi đem về nhà. Tôi cầm lên một dây khoai ngắm nghía: trông chúng chẳng phải là củ mà gọi là dây thì đúng hơn, nó nhỏ xíu dài dài như dây bèo ở ngoài ao. Khi trồng sắn (khoai mì) thì chúng tôi cũng chỉ đem về nhà những củ thon thon dài dài như những cây viết trẻ con đem đi học! Trồng đậu phụng cũng vui. Đậu phụng thuộc loại củ hay trái nhỉ? Hoa ở trên cây nhưng trái thì nằm dưới đất. Người ta đâu có gọi là củ đậu phụng, thế mới kỳ. Chúng tôi nhổ cây đậu lên, một chùm trái lủng lẳng như kỳ tích của thiên nhiên đầy phép thuật, chỉ từ một hạt nhỏ thôi mà bây giờ đã thành một chùm với bao nhiêu là hạt ở bên trong. Đất có phải là một phù thủy cao tay?

Đất,

Chỉ là đất thôi
Chỉ là cát bụi vô thường.
Một hạt mầm rơi chạm vào đất
Như chạm vào mạch sống
Hoa lá bừng lên cây xanh bóng cả
Hồng trần đâu kém cõi thần tiên...

19. **Nuôi Tằm Kéo Tơ**

Làm ruộng làm đất vất vả nhọc nhằn nhưng đóng thuế nông nghiệp xong thì chẳng còn bao nhiêu, không đủ sống, không đủ cơm cho con ăn trong ba tháng mùa nắng là thời gian chờ đợi mùa lúa tháng Mười. Những gia đình khác họ có nhiều ruộng nhiều đất nhiều người cùng hợp sức làm việc "chồng cày vợ cấy con trâu đi bừa" họ có đủ gạo ăn thì mẹ tôi phải xoay qua làm nhiều nghề linh tinh khác để nuôi con.

Mẹ tôi suốt ngày tần tảo vất vả nhọc nhằn chỉ mong cho ba đứa con được ăn no mặc ấm. Rồi mẹ sinh thêm em nhỏ, cuộc sống gia đình càng khó khăn hơn. Không biết mẹ tôi học được của ai nghề nuôi tằm. Một hôm mẹ đem về mấy nong tằm, hai chị em tôi lo hái lá dâu về cho tằm ăn. Lúc đầu chúng là những con sâu nhỏ xíu, ăn suốt ngày chưa hết một lá dâu, nhưng khi chúng chuẩn bị làm kén thì chúng ăn nhiều gấp bội, gọi là tằm ăn xổi, chúng tôi phải đi hái lá dâu suốt ngày, tối về đổ ngập đầu tằm, vậy mà vèo một cái, sáng hôm sau không còn gì nữa, chúng tôi phải tất tả đi hái cái khác. Chúng bắt đầu làm kén. Cái kén hình giống cái thoi, màu ngà ngà, khi chúng làm xong kén rồi thì không còn ai trông thấy chúng nữa, như một phép lạ. Con tằm đang ôm mộng hóa bướm. Một tuần sau, đợi kén già, chúng tôi đem luộc trong nước sôi, những con nhộng rớt ra, những chiếc kén tơ tằm nổi lên trên mặt nước. Nếu con người không hủy diệt chúng, những con nhộng sẽ cắn kén bay ra thành những con bướm xinh đẹp, con bướm đẻ trứng, trứng nở ra tằm, tằm trở thành nhộng, nhộng lại hóa thân thành bướm. Đó là vòng tròn hoá sinh của con bướm con tằm con nhộng. Giống như câu đố con gà và trứng gà. Ai trả lời được con nhộng có trước hay con bướm có trước? Con gà có trước hay trứng gà có trước?

Xong việc nuôi tằm, chúng tôi bắt đầu việc quay tơ. Một buổi sáng ngủ dậy, tôi tưởng mình đang sống trong truyện cổ tích có mấy bà Tiên Hiền đầy pháp thuật. Không biết từ chiếc đũa thần của bà tiên nào, hai chiếc xe quay tơ hiện ra giữa nhà, mẹ tôi đang ngồi như một bà Tiên Hiền trong truyện cổ, một tay cầm kén tơ, một tay quay đều bánh xe. Từ cái kén chảy ra một sơi tơ nhỏ theo vòng quay của mẹ quấn quanh bánh xe, cứ thế mẹ nối cái kén này đến cái kén khác. Những sợi tơ chồng lên nhau vàng óng mượt. Đầy một bánh xe rồi, mẹ lấy ra cột lại, vậy là chúng tôi có một bó tơ. Hai chị em tôi thay phiên nhau làm giúp mẹ. Mấy người chị con bác tôi thỉnh thoảng chạy ra chơi thấy vậy vừa cười vừa hò điệu hò quen thuộc của xứ Bình Định:

Hò ơ...
Sáng trăng trải chiếu hai hàng
Bên anh đọc sách (hờ) bên nàng... tơ... mà quay tơ...

Từ những sợi tơ này, nếu đem dệt thì sẽ có một loại vải gọi là đũi, vì nó sần sùi sợi to sợi nhỏ chứ không láng mịn óng mượt như tơ tằm hiện nay. Nhưng nó là sản phẩm hoàn toàn do người dân mình làm ra, may áo mặc rất chắc, và sau này tôi đã nghe thầy của tôi nói, chính nhà hoạt động cách mạng Phan Chu Trinh đã dùng thứ đũi này may áo veston mặc trong khi ông đi diễn thuyết từ Nam ra Bắc, hô hào dân ta nên mở rộng công thương, phát triển việc buôn bán... phát huy tinh thần tự cường dân tộc. Ôi! Thật là một con người cao quý, một con người yêu nước đáng kính phục làm sao! Một con người mới muốn canh tân đất nước, khuyến khích người dân đem giấc mơ hóa bướm dệt thành giấc mơ giải phóng dân tộc dành độc lập tự do cho đất nước muôn quý ngàn yêu.

Tranh Acrylic No 2 - Hoàng Thạch Luân 2021

20. **Trồng Bông Dệt Vải**

Việc nuôi tằm kéo tơ chỉ như một bức tranh đẹp trong chuỗi ngày đầy vất vả nhọc nhằn của mẹ con chúng tôi, có lẽ công việc bán tơ không có lời nên mẹ tôi chỉ làm một thời gian ngắn. Sau đó mẹ chuyển qua nghề khác.

Mẹ không phải là nàng Tiên Hạc nên không thể nhổ từng sợi lông để dệt thành tấm lụa Ngàn Cánh Hạc đem bán lấy tiền xây lâu đài cho con ở con chơi. Mẹ không phải là bà tiên hiền trong truyện cổ tích, cho nên khi mẹ kể chuyện Cô Bé Lọ Lem đến chỗ bà tiên hiện ra cầm chiếc đũa thần gõ vào trái bí, thì mắt mẹ cũng sáng lên chờ đợi như chờ đợi một phép lạ xảy ra cho chính mình, cho con cái mình. Mẹ giống cô Tấm hơn, nhiều lúc ngồi khóc đợi ông Bụt hiện ra hỏi: "Tại sao con khóc?", nhưng không có Bụt nên mẹ phải dẫn chúng tôi vô rừng cuốc đất trồng cây. Lần này mẹ trồng cây bông. Những cây bông cành lá khẳng khiu vươn lên giữa trời trông rất ngộ nghĩnh. Rồi cây ra hoa ra trái, khi trái già phải để cho khô, vỏ nứt ra để lộ bên trong những múi bông trắng nõn nà đó là lúc chúng tôi hái bông đem về nhà. Bỏ vỏ bỏ hột, những múi bông bung ra nằm lăn trên chiếc giường. Công việc tiếp theo mới thật là thú vị: chúng tôi bắn bông. Mẹ tôi đã chuẩn bị tất cả rồi. Mẹ cầm một chiếc cung nhỏ chạm nhẹ vào mặt bông, tay mặt bung nhẹ vào dây cung như người nghệ sĩ đánh đàn, dây cung vang lên một tiếng nhỏ, những múi bông bung ra, mẹ làm liên tiếp như thế, những múi bông từ từ bung ra thành một vầng mây trắng lượn lờ như sóng biển càng ngày càng dâng cao. Ba mẹ con chúng tôi làm suốt cả ngày mỏi mê ê ẩm nhưng nhiều ngày rồi cũng xong.

Bắt đầu một ngày mới, mẹ ngồi trước vầng mây trắng, một chiếc đũa đặt trước mặt. A chiếc đũa thần đây rồi. Mẹ nói:

- Các con làm theo me như ri nì.

Mẹ lấy một ít bông kéo dài theo chiếc đũa rồi lăn nhẹ, bông trắng cuốn tròn thành hình một cái bánh cuốn trông nõn nà đẹp mắt mà người ta gọi là con cúi. Ba mẹ con chúng tôi cùng làm, núi con cúi càng ngày càng cao. Biển mây trắng đã trở thành núi con cúi. Sau đó mẹ lấy xe quay tơ ra và bắt đầu công việc kéo chỉ như đã từng kéo tơ tằm. Từng con cúi biến thành sợi chỉ nhỏ quấn quanh bánh xe quay đều quay đều rồi từ đó chúng tôi quấn quanh một cây sắt nhỏ theo hình con thoi mà sau này dùng để dệt vải.

Mẹ là một bà Tiên. Lần này tôi thấy mẹ như bà Tiên thật rồi. Một buổi sáng ngủ dậy, tôi thấy hiện ra giữa nhà một khung cửi, nó chiếm hết nửa căn nhà của chúng tôi. Mẹ đang ngồi trên khung cửi, chạy dài trước mặt là những đường chỉ đã được mắc sẵn. Mẹ cầm con thoi đưa qua đưa lại liên tiếp như một bà tiên đang nối chiếc cầu Ô Thước cho Ngưu Lang Chức Nữ gặp nhau. Mẹ nối kết những sợi chỉ nằm ngang cho thành một tấm vải. Tay mẹ đưa thoăn thoắt như ngày tháng trôi nhanh ngoài khung cửa. Mẹ ngồi bình yên lặng lẽ, tôi thấy mẹ cười. Mẹ đem sức khoẻ mồ hôi hơi thở sự sống của mẹ dệt thành cơm ăn áo mặc hơi ấm nụ cười cho các con. Mẹ đem những tháng ngày gian nan vất vả dệt thành bức tranh mơ ước hạnh phúc. Mẹ đang dệt giấc mơ ngày các con mẹ lớn khôn khôi ngô xinh đẹp, được học hành thành người hiểu biết làm được nhiều điều hữu ích cho đời. Lo cho các con nhỏ đi học, sau này lớn lên giúp đời. Đó là ước mơ của mẹ tôi.

Mẹ chăm chỉ nhẫn nại cố gắng không ngừng. Mẹ thường dạy chúng tôi những bài học làm người, những bài học luân lý đạo đức, tình yêu quê hương đất nước qua những câu chuyện cổ tích mà chúng tôi nằm nghe trong đêm tối, hoặc trong những đêm trăng sáng trải chiếu nằm giữa sân nhìn trời cao gió lộng. Từ ngày có em nhỏ, mẹ hay hát ru hay ngâm thơ. Mẹ hay ru con bằng những câu Kiều câu ca dao hò vè. Mẹ hay ngâm bài thơ Nguyễn Trãi gởi cho cha là Nguyễn Phi Khanh mà đến bây giờ tôi vẫn còn nhớ vài câu:

Đọc mấy lời bức thư cha dạy
Dòng lệ con hoen ố mảnh nhung y
Kể từ khi chân cất bước ra đi
Trong ký ức còn ghi niềm kiêu hãnh...

Tôi rất thích bài thơ ngắn trong Quốc Văn Giáo Khoa Thư mẹ hay ngâm mà sau này tôi cũng hay hát ru các con tôi:

Đêm khuya giấc điệp mơ màng,
Kìa ai săn sóc bên giường gọi tôi?
Giấc xuân chợt tỉnh bồi hồi,
Kìa ai bế ẵm kìa ai dỗ dành?
Ấy là công mẹ sinh thành
Làm con phải biết phận mình làm sao.
Một mai tuổi hạc càng cao,
Tấm lòng báo đáp biết sao cho vừa?

Những câu thơ mẹ ngâm, những câu hò mẹ ru, những câu chuyện mẹ kể, đọng lại trong tôi thành một thế giới tuổi thơ kết hợp giữa thế giới thần kỳ và cuộc sống thật đầy gian nan khổ ải, giữa mộng và ảo giữa mơ và thực, nó vẫn còn mãi ở đó, lung linh như sông suối chảy mãi không ngừng.

21. **Ngày Mùa**

Sau vụ lúa tháng Năm, những ngày hè nóng bỏng trôi qua trong cái lắt lay của thiếu ăn và niềm hy vọng vào vụ lúa tháng Mười. Làm lúa tháng Mười không sợ thiếu nước thì sợ bão lụt. Bão lụt cũng là một kẻ thù của con người nhất là đối với nghề nông vất vả. Nước ta thời trước, 90% dân số sống bằng nghề nông. Các ngành nghề khác không được khuyến khích không được coi trọng nên cuộc sống có phần đơn điệu. Cứ xong việc trồng trọt rồi thì người ta không còn biết làm gì khác. Những việc trồng khoai trồng sắn trồng đậu trồng cà gặp năm mất mùa thì cũng chỉ giúp người ta qua cơn vật vã. Bởi vậy mùa tháng Mười là niềm mơ ước hạnh phúc nhân đôi của mọi người:

Bao giờ cho đến tháng Năm
Thổi nồi cơm nếp vừa nằm vừa ăn
Bao giờ cho đến tháng Mười,
Thổi nồi cơm nếp vừa cười vừa ăn.

Ca dao

Hạnh phúc của tháng Mười là một khuôn mặt cắt đôi, một bên cười và một bên khóc, một bên trắng một bên đen. Khi những gié lúa trĩu hạt bắt đầu chín vàng là người ta bắt đầu xem thời tiết hằng ngày. Ngày ngắn dần và đêm sập xuống rất nhanh.

Đêm tháng Năm chưa nằm đã sáng,
Ngày tháng Mười chưa cười đã tối.

Trời mưa hai ngày chưa dứt thì lo gặt lúa gánh về cho nhanh. Trái với vụ mùa tháng Năm, trời nắng chói chang, người ta cứ thong thả gặt, rồi từ từ gánh về nhà hoặc có thể đập lúa ngay trên ruộng. Những ngày mưa bão tháng Mười cứ như làm việc giữa cơn hồng thủy, người ta phải chạy đua với nước dâng để không bị thần nước cướp mất lúa. Đem được lúa về nhà rồi nỗi lo vẫn còn. Làm sao đập lúa đây? Buổi sáng thấy trời vừa hắt nắng người ta đập vội vàng rồi thu dọn rơm chất quanh một cây cột thành một cột cao gọi là cột rơm, và đây là một thứ chất đốt thông thường của nhà nông vừa làm thức ăn cho trâu bò.

Lúa đập xong vun lại thành một đống có hình nón trông như một ngọn núi nhỏ ở quê tôi. Buổi sáng chúng tôi bắt đầu trải lúa ra khắp mặt sân để phơi. Những hạt lúa vàng sáng dần lên dưới mặt trời hồng. Nhưng coi chừng, ông trời tính khí cũng thay đổi bất thường lắm. Trời đang nắng mà thấy một bầy chuồn chuồn bay la đà trước sân thì đã nghe mấy đứa nhỏ trong xóm vừa vỗ tay vừa hát: *"Chuồn chuồn bay thấp thì mưa, Bay cao thì nắng, bay vừa thì râm",* lúc đó mẹ đã hối thúc chị em chúng tôi:

- Con ơi, trời sắp mưa rồi mau mau ra hốt lúa vô con ơi.

Những hôm trời trong nắng đẹp thì thỉnh thoảng mẹ gọi:

- Con ơi ra cày lúa cho me.

Cày lúa không phải như cày ruộng. Ruộng thì ngập nước đầy bùn, lúa thì ở trong sân khô ráo sạch sẽ, vì vậy nhiều hôm chúng tôi tranh nhau hoặc thi nhau xem ai cày nhanh và ai cày nhiều. Chúng tôi ra sân, cứ để mấy cái đầu trần khét nắng, có lội xuống ruộng đâu mà sợ *Cày đồng đang buổi ban trưa, Mồ hôi thánh thót như mưa ruộng cày.* Em trai tôi nhảy ra trước, từ trên hè cao em nhảy ầm xuống sân làm lúa văng tung tóe. Chúng tôi đi chân trần, hai bàn chân ngập trong lúa và thay vì bước đi bình thường thì chúng tôi kéo hai bàn chân tạo thành những đường dài như luống cày ngoài ruộng, để đảo lúa từ dưới lên trên mặt cho khô đều. Chúng tôi kéo chân phải rồi kéo chân trái rồi đi quanh cho hết sân lúa. Thế là chúng tôi đã làm xong việc cày lúa. Công việc này chúng tôi chẳng bao giờ bị mẹ la mà lúc nào cũng được khen giỏi khen ngoan.

Sau vụ lúa tháng Mười, mọi người như bỏ được tảng đá nặng xuống khỏi đôi vai còm cõi của mình, thở một hơi dài như trút ra được tất cả nhọc nhằn trong năm, như vứt bỏ được tảng đá nặng trên lưng anh chàng Sisyphe. Tất cả thành quả lao động đã được đem về nhà. Thóc đã đầy bồ, gạo đã đầy lu, rơm đầy đụn, củi đầy hiên, đất đai được nghỉ ngơi, những gốc rạ được rửa sạch dưới những cơn mưa tầm tã trời cho, được ngâm mát để lấy lại chất màu và sẽ cho hoa lợi vào năm sau. Con người có dịp nghỉ ngơi, chuẩn bị vui chơi những ngày Tết.

22. **Tết Quê Tôi**

Tháng Giêng ăn Tết ở nhà,
Tháng Hai cờ bạc tháng Ba hội hè...

Hoặc:

Tháng Giêng ăn Tết ở nhà
Tháng Hai trồng đậu tháng Ba trồng cà...

Ca dao

Hai bài ca dao trên khắp nước Việt Nam ít người không biết nhưng ở quê tôi, chơi Tết hội hè cũng chỉ trong tháng Giêng mà thôi. Qua tháng Hai họ phải trở lại công việc thường ngày. Quê nghèo những ngày vào Tết cũng rộn ràng náo nức theo một cách rất riêng với những đặc sản riêng.

Mẹ tôi là con gái xứ Huế, đảm đang khéo léo, chăm chỉ chịu đựng khó nhọc. Việc gì mẹ cũng làm được, mẹ nấu ăn ngon, mẹ làm mứt làm bánh thêu thùa may vá, việc gì mẹ cũng làm được, vừa khéo lại vừa đẹp. Ở xứ thôn quê đèo heo gió hú này, không làm được những món cầu kỳ thanh lịch như ở cố đô, mẹ học cách làm bánh mứt ở chốn quê nghèo.

- Củ chà: cái tên nghe thật ngồ ngộ quê quê. Món ăn dân dã thôn quê này ngày nay có lẽ không còn. Muốn làm món ăn này phải có khoai lang. Khoai lang đã được đem về để trong góc bếp, nếu có nhiều khoai mà để lâu quá khoai sẽ ung thối. Vì vậy quê tôi có nhiều cách để giữ khoai. Họ có thể đem khoai rửa sạch, xắt lát phơi khô. Sau này khi cần họ đem ngâm qua cho mềm rồi hấp cơm, hoặc đem nấu chín rồi ngào với đường để cho một loại mứt cũng làm cho đám trẻ mê ăn quên cả công việc.

Một cách khác hấp dẫn hơn là làm củ chà. Khoai lang nấu chín đem giã nhỏ, sau đó bỏ vô rổ dùng tay chà cho khoai rớt xuống rổ rồi đem phơi khô. Món ăn này rất thích hợp cho những ngày đông rét buốt. Trong khi bên ngoài, ông trời đổi tính, nổi gió quần đảo rít hú ầm ầm, những cây tre uốn lượn xào xạc, kẽo kẹt, chúng tôi nằm trong giường, mấy chị em cùng đắp chung một chiếc chiếu, vừa nhấm nháp củ chà vừa nghe mẹ kể chuyền đời xưa. Giọng mẹ nhẹ nhàng trong thanh như tiếng suối nguồn vọng về từ một cõi bình yên xa vắng. Mở đầu câu chuyện bao giờ mẹ cũng cất cao giọng: Đời xưa... đời xửa... đời xừa... Đó là những giờ phút hạnh phúc nhất đời của mấy chị em chúng tôi.

- Khoai mì xắt lát phơi khô sau khi đã ngâm kỹ trong nước một hoặc hai đêm. Khoai mì khô có thể giữ được lâu, sau này đem hấp ăn cơm độn. Một cách khác là củ mì đem mài trên bàn mài để cho một thứ bột đem làm bánh hoặc làm thành bột mì gần giống bột năng ngày nay nhưng thô sơ và chất lượng kém hơn.

- Làm bánh mứt: Những ngày trước Tết chúng tôi còn chuẩn bị làm bánh in, món bánh quen thuộc khắp nơi đều có. Bánh ít lá gai, loại bánh này đặc biệt hấp dẫn hơn:

Muốn ăn bánh ít lá gai
Lấy chồng Bình Định cho dài đường đi.

Ca dao

- Một loại bánh đặc biệt khác của quê tôi là bánh bó, một loại bánh cũng thô sơ chơn chất như bản tính đơn thuần mộc mạc của con người ở đây. Bột nếp đã rang chín, đem trộn với nước đường, trộn thêm vào đó một ít mứt như mứt gừng, mứt dừa, mứt khoai, mứt bí rồi trải ra trên thớt thành một khuôn rộng hình chữ nhật, sau đó cuốn tròn lại cho kết chặt vào nhau cho ra những cây bánh dẻo, khi ăn cắt thành từng lát, vừa dẻo vừa thơm. Loại bánh này lũ trẻ chúng tôi có thể vừa ăn vừa chạy chơi trò đuổi bắt quanh nhà.

Gần ngày Tết thì lo gói bánh tét. Quê tôi không biết gói bánh chưng. Heo thì nhà nào cũng có nhưng họ rủ nhau vài ba nhà chung nhau xẻ một con heo chia thịt đem về ăn Tết.

23. **Cây Nêu Ngày Tết**

Cu kêu ba tiếng cu kêu
Cho mau tới Tết dựng nêu ăn chè.
Cu kêu ba tiếng đầu hè,
Cho mau tới Tết ăn chè dựng nêu.

(Ca dao)

Chim cu là loài chim nhỏ thường sống ở đồng ruộng ao hồ nơi dễ dàng kiếm thức ăn thích hợp với chúng như lúa gạo đậu mè... Những ngày mùa những ngày gần Tết được ăn no thời tiết mát mẻ, tiếng chim kêu có phần rộn rã thánh thót hơn. Tiếng chim kêu càng làm cho người ta náo nức nghĩ đến những ngày nhàn nhã vui chơi sắp đến, lòng thấy nhẹ nhàng mong đợi đón những cơn gió đầu xuân.

Có mứt có bánh có thịt, còn vài ngày nữa là đến mùng Một Tết. Còn một việc cần phải làm cho xong. Đó là dựng cây nêu trước sân nhà.

Tiếng chim cu kêu trên bụi tre đầu hè như thúc giục, khiến người ta càng hối hả hơn nữa, lo đi tìm tre để làm cây nêu.

Theo truyền thuyết dân gian, cây nêu ngày Tết là một biểu tượng của sức mạnh, của chiến thắng, của quyền lực, xác định chủ quyền của người Việt Nam cổ xưa trên lãnh thổ của mình. Cho đến ngày nay, dựng cây nêu vào ngày Tết trở thành một tục lệ không thể thiếu. Cây nêu càng cao càng thể hiện sức mạnh của chủ nhà. Những vật treo ở cây nêu có tính biểu tượng để đuổi tà ma cảm tạ trời đất.

Ở quê tôi nhà nào cũng có vườn, có hàng tre bao bọc xung quanh cho nên nhà nào cũng muốn tìm cây tre đẹp nhất để làm cây nêu.

Nhà bác tôi có sân đá vôi rộng, bên ngoài sân đá vôi là một dãy đất bác dành để trồng hoa, bác trồng cây nêu ở đó, một cây tre cao mạnh mẽ và thẳng. Bác treo đầu cây nêu những thứ cần thiết như: một túi gạo để cảm tạ trời đất, một gói muối để trừ tà ma và một cái khánh đất khi gió thổi nghe tiếng kêu leng keng leng keng góp thêm một âm thanh vui nhộn giữa bầu trời xuân.

Mọi việc đã chuẩn bị xong, các ông có thể phủi tay đứng nhìn cây nêu nhà mình và hút thuốc lá, các bà thì ngồi nhai trầu nói chuyện gẫu ở hiên nhà. Đây mới thật là những giây phút thư thái hiếm hoi mà người ta chỉ hưởng được một lần trong suốt cả năm trường nhọc nhằn vất vả. Ở vùng kháng chiến, không có "Thịt mỡ dưa hành câu đối đỏ", Tết quê tôi có tính cách rất riêng, mượn câu đối quen thuộc tôi đổi lại:

Bánh tét thịt kho dưa cải,
Nêu cao gió mát hoa thọ vàng.

Hoa thọ là loại hoa được ưa chuộng vào ngày Tết ở quê tôi. Gần Tết người ta cuốc một khoảng đất dài trước sân, sân đất mà, rộng hẹp tha hồ cuốc, họ trồng hoa thọ ở đó. Đến ngày Tết hoa nở vàng rực, nhìn sân vàng hoa thọ là biết Tết sắp đến. Những loại hoa khác họ trồng quanh năm mọc khắp vườn ít ai có thì giờ nghĩ đến. Hoa thọ được người lớn trân trọng hái cúng Ông Bà, trẻ con thoải mái hái chơi đá kiện hoặc chơi đá gà vô tư.

Ngày mồng Một Tết, sung sướng hãnh diện nhìn ngôi nhà khang trang ấm cúng đầy đủ, họ diện chiếc áo đẹp nhất, ăn món ăn ngon nhất, thong thả đi chúc Tết trong khi chờ đợi những ngày hội hè rộn rã tiếp theo.

24. Hát Bài Chòi

Chín chiếc chòi được cất theo hình vòng tròn trên một bãi đất rộng, người chơi bài ngồi trên chòi, khán giả tự do đứng xung quanh, họ tự do đến và tự do ra về, không cần người canh cửa, không cần mua vé nên không cần người soát vé. Một môn nghệ thuật phục vụ quần chúng vô vị lợi, đó là điểm độc đáo của nghệ thuật Hát Bài Chòi của Bình Định quê tôi.

Theo các tài liệu lịch sử, vua Lê Thánh Tông sau khi chiếm được đất Chiêm Thành năm 1471 đã thành lập phủ Hoài Nhơn và người Việt Nam lần lượt kéo đến sinh sống, làm nương lập rẫy. Nhưng nơi đây là một vùng đất thâm u hoang dã, là quê hương tốt của thú dữ cọp báo hùm beo rắn rít sâu bọ, con vắt nhỏ cũng phải coi chừng, nó ở trên cây, trong đám lá mục trong gốc cây, không biết ở đâu không biết khi nào nó phóng vào người mình và âm thầm hút máu... Để bảo vệ hoa màu, người dân phải cất những chiếc chòi cao để ban đêm canh gác đuổi thú dữ. Do nhu cầu giao tiếp thông tin giải trí và tiếp sức giúp đỡ nhau, mọi người thường dùng loa mõ trống để liên lạc, rồi dần dần cảm hứng tự nhiên đến, những câu hò điệu hát nảy sinh. Đối cảnh sinh tình điệu hò câu hát chợt đến, tinh thần văn nghệ tranh đua cũng theo thời gian hình thành, người ta dùng lối hát đối hát đáp là những điệu hát cổ truyền của dân gian, những câu ca hò vè được dịp vun bồi phát triển. Có thể nói đây là giai đoạn hát chòi, còn tại sao hát chòi lại có thêm yếu tố đánh bài nữa thì chưa thấy nhà nghiên cứu nào nhắc đến.

Hát Bài Chòi trở thành một môn nghệ thuật giải trí của quần chúng và được trình diễn vào dịp Tết, ngày nay được phổ biến rộng rãi nhiều tỉnh ở miền Trung nhưng Bình Định vốn là cái nôi của hát Bài Chòi và Bài Chòi Bình Định cuốn hút khách mộ điệu bởi nhiều yếu tố đặc sắc riêng. Và làng tôi, mỗi lần Tết đến họ không quên ngày hội độc đáo này trong năm.

Người anh con bác Xã Tam của tôi rất thích hát Bài Chòi. Anh còn sáng tác nhiều bài hát mới và anh hay hát cho tôi nghe mỗi lần tôi có dịp về thăm quê. Anh hay hát những câu quen thuộc mang dấu tích nhiều địa danh quê nhà như:

- Ngồi trên ngọn núi Hòn Chuông
Dù cho hóa đá cũng không phai màu.

- Đứng trên Núi Bà nhìn ra mảnh đất quê ta chan chứa bao tình...

25. **Hát Bội**

Hát bội là môn nghệ thuật phức tạp đòi hỏi nhiều yếu tố như sân khấu phải hoàng tránh hơn, lúc đầu sân khấu có tám mặt sau còn bốn mặt rồi hai mặt, cuối cùng một mặt, tuồng tích phải rõ ràng, nghệ nhân phải có tập luyện tay nghề cao, người thưởng thức cũng phải hiểu biết rõ tuồng tích, nghệ thuật diễn xuất.

Điểm độc đáo của hát bội, không có một nghệ thuật nào sánh được, đó là vai trò người cầm chầu. Người cầm chầu phải là một người hiểu rõ tuồng tích, biết rõ nghệ thuật hát tuồng, ngoài ra phải là người có đức độ, công minh, một người phải có uy tín, chức sắc trong làng, nhạy bén tinh tế. Bởi vì người cầm chầu là người đóng vai trò thưởng phạt đào kép ngay trên sân khấu, khi họ đang diễn.

Hát bội thịnh hành trong lịch sử Việt Nam từ lâu, chỉ được truyền vào Bình Định sau cuộc trốn chạy vào Miền Nam của Đào Duy Từ (1572- 1634) và lưu trú tại Bình Định. Sau này được Đào Tấn (1845-1907), là một vị quan thanh liêm chánh trực của triều đại nhà Nguyễn, là thầy dạy học của vua Thành Thái, đã bỏ công sáng tác biên soạn chỉnh lý, đưa vào tuồng nhiều yếu tố hợp với thời đại, với tình hình lịch sử của đất nước, ngôn từ gần với đời sống quần chúng, vì vậy Hát Bội càng được phổ biến rộng rãi hơn. Sau khi từ quan về quê, ông mở trường dạy nghề gọi là Học Bộ Đình, đào tạo diễn viên ngay ở làng quê của ông, làng An Nhơn, huyện Tuy Phước, tỉnh Bình Định.

Là quê hương thứ hai của bộ môn nghệ thuật Hát Bội, người Bình Định rất hâm mộ môn nghệ thuật giải trí này, những năm gần đây người ta nói, vẫn còn nhiều làng mời đoàn hát về diễn với sân khấu hai mặt và sau cùng một mặt; nhưng làng tôi, một ngôi làng bé nhỏ heo hút nằm dưới chân đỉnh Núi Bà gió hú thì điều đó chưa từng xảy ra, người làng tôi muốn xem hát bội phải đi coi ké các làng bên cạnh.

26. **Trường Làng Tôi**

Những năm tháng chôn chân ở chốn đồng quê dù đói rét cực khổ, cơm không đủ ăn, áo không đủ mặc, không giày, không dép, hai bàn chân trần cứ vùi trong cát, nắng trưa cát bỏng thì chạy cho nhanh tìm bụi cỏ đứng lại, đợi chân hết nóng lại chạy tiếp. Đi rừng hái củi, đi rừng đi ruộng đều như vậy. Những khi mẹ không có tiền mua nón thì chặt một tàu lá chuối hay lấy lá súng lá sen che trên đầu, trông rất lãng mạn, khi mỏi tay thì vòng cái lá lại cầm dưới cằm có lẽ trông nó có hình một cái mũ ngộ nghĩnh xinh xinh. Khó khăn chồng chất, mẹ tôi vẫn cố gắng cho hai chị em tôi đi học. Tôi còn nhớ rõ ngôi trường làng của tôi. Chỉ là một dãy nhà ngang lợp tranh thô sơ nghèo nàn, vách tường loang lổ, xiêu vẹo. Giữa sân là một cây đa cổ thụ, ở đó treo một cái kẻng là một thanh sắt lấy từ đường rầy xe lửa về dùng làm kẻng hiệu. Chị tôi học lớp Nhì, tôi học lớp Ba.

Người thầy đầu tiên của tôi tên Thức, tôi còn nhớ, mặt mày đăm đăm tính tình khó khăn hay cáu kỉnh, lớp học không có gì vui. Và đây là những gì tôi còn nhớ sau những ngày học với ông thầy tên Thức.

Sau mấy ngày mưa, không khí dịu mát, trời như trong hơn, bầu trời sáng hơn, chúng tôi hớn hở đi đến trường. Hai giờ đầu học toán, cộng trừ nhân chia, bốn phép tính này bọn trẻ tuy còn nhỏ nhưng bắt chước cha mẹ chúng tính nhẩm trên mấy ngón tay tài lắm. Thoáng chốc là xong hết. Tôi phải đặt ra bài toán đầy đủ mới tìm ra đáp số, hoặc đọc cửu chương từ đầu tới cuối mới tìm được số thành. Tôi ngồi vò đầu bứt tai nhưng cuối cùng cũng làm xong. Đến giờ chơi tôi nghe bọn con trai nói:

- Hồm rày trời mưa, chiều nay bọn mình ra bàu súng nghen, bông súng lên cao rồi đó.

Bọn con gái nghe vậy cũng nói;

- Bọn mình cùng đi luôn nhen.

Bàu súng ở giữa cánh đồng rộng mênh mông, nước không sâu lắm tôi cũng muốn đi. Bọn con trai vừa đến nơi đã nhảy ào xuống nước, bọn con gái để nguyên áo quần từ từ lội, nước ngập tới bụng. Hoa súng màu hồng như hoa sen nổi trên mặt nước, gốc ở dưới sâu, cọng súng dài và mềm ăn được nên chúng tôi phải cúi xuống bứt tận gốc đem về cho mẹ xào luộc hoặc nấu canh. Một tay cúi sâu xuống nước bứt cọng súng, tay còn lại ôm đám bông vừa hái được, hoa và người cứ nhấp nhô lên xuống trông từ xa mỗi đứa như có hai khuôn mặt, một khuôn mặt hoa và một khuôn mặt người lấm lem. Đôi khi hoa và người nhập làm một trở thành hoa biết nói biết cười. Trên đường về tôi hỏi:

- Sao ở đây không có trồng bông sen hả?

- Hổng có đầm dậy sao trồng sen được? Đây là bàu mà.

Bạn tôi nói rồi đứa khác khoe cái giọng hò ru em của nó:

Trong đầm... gì (ơ) đẹp bằng sen
Lá xanh mà bông ư trắng (hờ) lại chen (vàng) nhị vàng

Trời chiều gió mát, áo quần ướt hong gió một lúc rồi cũng khô trước khi về tới nhà.

Một buổi học khác đến giờ tập viết chữ đẹp, thầy viết trên bảng làm mẫu:

Có Học Phải Có Hạnh.

Câu châm ngôn này rất quen thuộc, đám học trò chẳng lạ gì nên vội vàng nắn nót viết đầy một trang giấy. Tôi ngồi bàn đầu gom vở các bạn đem lên chấm điểm trước. Bọn con trai ngồi phía sau, có đứa viết xong đang xếp tàu bay giấy ném chơi, có đứa mải ham chơi bây giờ còn hí hoáy viết một cách chăm chú.

- Bàn hai đem vở lên. Thầy giáo quát.

Bàn hai toàn con trai. Cậu bé đem vở để lên bàn thầy. Thoạt nhìn thấy, ông thầy bỗng đập bàn quát lớn vừa sổ toẹt rào rào.

- Có học phải có hạnh! Có học phải có hạnh! Nghe chưa?

Mấy chục cái đầu xanh khét nắng ngẩn ngơ nhìn lên bảng. Ơ kìa. Có học phải có hạnh có gì lạ đâu? Nhìn vô tập vở của mình tôi giật thót tim. Chết cha rồi! Cả bọn con gái liếc nhìn nhau rồi len lén đút vở vô hộc bàn. Tôi thở ra một hơi dài nhè nhẹ. Trời ơi! Chữ Hạnh với chữ Hành sao bọn tôi không để ý dzậy hà? Chữ Hạnh chữ Hành đang sát phạt bọn con trai!

"Có học phải có hạnh" hay "Có học phải có hành" là hai câu tục ngữ gần nhau, có giá trị như nhau, nói về hai khía cạnh khác nhau bổ túc cho việc học, cả nước Việt Nam có ai không biết? Có lẽ bọn trẻ chúng tôi thường nghe người lớn nói riết rồi quen mà không để ý trên bảng ông thầy viết chữ gì. Dù là như vậy, chúng tôi thật sự ngẩn ngơ không hiểu vì sao ông Thức này lại kết án chữ "Hành" như một tội ác? Thấy ông thầy làm dữ, mấy đứa học trò ngồi sau lưng tôi nói nhỏ: "Hành là tên tục của vợ ổng hay của mẹ ổng hay sao mà ổng làm dữ quá dzậy?"

Những buổi học tránh bom của kẻ thù lại là những buổi học vui của lũ trẻ con. Chúng tôi mang theo mỗi đứa một cái ghế nhỏ gọi là ghế đẩu vô rừng chọn chỗ có bóng mát ngồi thành một vòng tròn. Trước khi bắt đầu bài học, thầy giáo dặn: khi nghe máy bay tới, các trò chuẩn bị, nếu máy bay đến gần mà bay thấp quá như chuẩn bị ném bom thì thầy thổi một tiếng còi, các trò nhào đại vô bụi rậm, nằm yên ở đó. Cấm tất cả những vật chiếu sáng như mảnh chai, gương… là những vật mà những kẻ phản bội hay dùng làm hiệu cho kẻ thù thả bom giết người.

Hai năm sau lớp Nhì và lớp Nhất, tôi học với thầy giáo Trung, đó là chú tôi, chú Bảy, vì chú dạy học nên mọi người gọi chú là ông Giáo Trung. Chú tôi người thấp nhỏ hiền lành và vui tính, khi giảng bài chú hay kể chuyện nên học trò rất thích, nhất là vào những giờ học lịch sử, lúc nào chú cũng trầm ngâm giây lát, sau đó chú kể một câu chuyện rồi mới đi vào bài giảng. Chú hay kể chuyện về những anh hùng đánh giặc cứu nước như Đinh Bộ Lĩnh với Cờ Lau tập trận, Lý Thường Kiệt với chiến thắng trên sông Như Nguyệt, Bà Triệu cỡi voi với ngọn cờ vàng… khi kể chuyện Thánh Gióng, thầy hỏi:

- Các trò có biết truyền thuyết anh hùng đánh giặc cứu nước của chúng ta người nhỏ nhất là bao nhiêu tuổi không?

Bọn học trò nhớ như in những câu chuyện thầy giáo kể nên nhao nhao hét:

- Thầy! Thầy! Mười lăm tuổi Trần Quốc Toản thầy.

Thầy giáo cười:

- Nhỏ hơn mười lăm tuổi có không?

Thầy giáo chưa kể, học trò làm sao biết được. Thầy cười:

- Tăng Bạt Hổ, mười bốn tuổi, nhỏ nhất và kỳ lạ nhất là Thánh Gióng, ba tuổi…

Những câu chuyện thầy kể những bài học thầy dạy đã nhen nhúm đã gieo trồng vào lòng những đứa trẻ ở tuổi đang lớn một ngọn lửa, một thứ tình cảm mới mẻ, khung trời màu xanh hình chữ S càng được tô đậm thêm, nhất là những lúc nghe tiếng máy bay của kẻ thù quần đảo trên bầu trời thầy lại nói:

- Đó, bầu trời xanh hình chữ S của chúng ta đang bị kẻ thù thiêu đốt!

Chữ S được mấy đứa con gái viết đầy trên tập vở, bằng ngòi bút lá tre trên những trang giấy đen hù được làm bằng những cây tre ngâm ở dòng sông Lại Giang còn vương những sợi tre nhỏ. Những chữ S được viết uốn éo nắn nót trông giống những con chim nhỏ đang muốn bay cao. Những đứa con trai thì ra sân bẻ cành đa làm cờ lau tập trận. Sau giờ chơi mặt mũi lem luốc mồ hôi nhễ nhại như những chiến sĩ ra trận mới về.

Một lần khác, mở đầu giờ địa lý, thầy giáo cao hứng, thầy hỏi bằng một giọng vui vẻ vừa cầm phấn vẽ lên bảng đen một hình chữ S, rồi vẽ thêm sông núi ngoằn ngoèo vừa tô đậm một vùng cao nguyên rồi hỏi:

- Các trò có biết Đà Lạt ở đâu không?

Tuy học giờ địa lý nhưng chúng tôi toàn học mù, không có bản đồ, không có sách, nhìn bản đồ trên bảng của thầy, chúng tôi nói:

- Thầy, thầy, nó ở trên bảng, thầy.

Thầy giáo vẫn vui vẻ:

- Phải rồi, nó ở đây này. Đây là dãy Trường Sơn, đây là tỉnh Bình Định, đây là cao nguyên Lâm Viên. Đà Lạt thuộc cao nguyên Lâm Viên.

Rồi thầy hào hứng kể tiếp:

- Đà Lạt là đất của vua quan nhà Nguyễn gọi là Hoàng Triều Cương Thổ. Một số ít vua quan nhà Nguyễn sống trên đó cùng với mấy thằng Tây mũi lõ... Nhưng Đà Lạt là một xứ đẹp như cõi thần tiên, bông hoa to bằng cái nón, bông cải to bằng cái nồi đồng... rất nhiều của ngon vật lạ... khí hậu quanh năm mát mẻ, không hạn hán, không lụt lội, gió thông reo vi vu như điệu nhạc rừng không bao giờ dứt…

Đó là lớp học ở Liên Khu V của tôi vào năm 1948 và tôi nhớ mãi những giờ học với chú tôi.

Sau này, năm 1956, khi tôi theo ba tôi lên Đà Lạt, những ngày đầu tiên tôi cứ mãi băn khoăn đi tìm “cái hoa to bằng cái nón” mà chú tôi đã kể để xem tôi có thể lấy chúng thay thế lá sen lá súng che đầu như những ngày còn ở làng quê hay không.

Trường làng tôi chỉ có đến lớp Nhất, tôi học ba năm ở trường làng là hết lớp, muốn học lên cấp hai phải đi lên Chợ Gồm. Chị tôi lên học ở đó một năm. Thức khuya dậy sớm vất vả xa nhà nhưng chị rất hào hứng. Mỗi lần về nhà chị vui vẻ khác thường. Hình như những gì chị học được ở trường xa đã gây cho chị một niềm hứng khởi mới mẻ và lạ lùng.

27. **Trò Chơi Tuổi Thơ**

Tuổi thơ ở thôn quê có gì vui?

Khi nhỏ nằm trong lòng mẹ, lớn chút nữa nằm trên võng được các chị vừa hát vừa ru. Lớn chút nữa thì chạy theo cha mẹ ra đồng học làm ruộng. Cha đi cày mẹ đi cấy thì đứa con đi theo sau bắt cua bắt ốc. Khi người cha đẩy cái cày phía trước, cá ở dưới ruộng bị khuấy động nổi lên mặt nước, đứa nhỏ đi theo sau bắt cá bỏ vô cái giỏ đeo bên mình. Cá lóc cá rô cá chạch tôm ếch… có đủ. Nhìn thấy bên bờ ruộng có một lỗ nhỏ thì biết có con cua ở trong hang hoặc con lươn ở dưới bùn. Cha đi cày mẹ đi cấy về thì con nhỏ cũng có một giỏ tôm cá đem về. Cha mẹ đi gặt lúa thì con nhỏ đi theo lượm những cành lúa rơi rớt gọi là mót lúa. Những lúc khác không việc thì vô rừng hái củi, những cây củi nhỏ bó lại đội trên đầu trông như vòng hoa chiến thắng. Buổi trưa lúc cha mẹ mệt mỏi nghỉ ngơi là lúc bọn nhỏ tự do đi tìm thú vui riêng. Chúng sục sạo trong vườn trong sân để tìm trò chơi. Chúng chặt một ống trúc lớn, sau đó dùng một chiếc đũa nhỏ đẩy vô trong ống trúc, ở đầu kia, chúng đặt viên sỏi và đẩy mạnh chiếc đũa, bùm. Thế là chúng có súng để giết kẻ thù. Một trò chơi có ý nghĩa trong thời chiến tranh. Đó là trò chơi của con trai.

Con gái có trò chơi khác. Không có búp bê, không trò chơi nấu ăn bán hàng làm cô giáo như ở thành thị. Trò chơi thôn quê cũng mang đặc trưng nơi đồng ruộng. Buổi trưa hè trời nóng bức, chúng tôi họp nhau ở giếng nước hái lá dừa bắt đầu xếp chong chóng, rồi thi nhau xem chong chóng của ai chạy nhanh hơn. Khéo tay hơn thì xếp con châu chấu có cái đuôi thật dài mà sau này có một lúc tôi còn thấy có một người đàn ông già ngồi bán ở siêu thị Nguyễn Đình Chiểu ở Sài Gòn. Hoặc đi lượm các tàu cau khô rơi rụng tranh nhau làm quạt. Chiếc quạt mo thật là có ích khi trong đêm tối trời nóng nực muỗi bay đầy đàn như bầy ong vỡ tổ, chúng tôi cứ phải làm thằng Bờm cầm chiếc quạt vừa phe phẩy vừa đập muỗi luôn tay.

Cây sầu đông ở đầu ngõ cứ đến mùa đông nở hoa màu tím có mùi thơm dìu dịu, người anh con bác tôi cầm rựa chặt một lát, ở đó ứa ra một dòng nhựa nhỏ, vài ngày sau nhựa đông lại thành một chất dẻo, đó là một chất keo dán rất tốt. Một trò chơi có ích khác mà chúng tôi được khen là giỏi, đó là làm đèn mù u. Mùa hè, trái mù u bắt đầu khô và rơi rụng khắp vườn, những đứa trẻ chúng tôi cứ sục sạo từ vườn nhà này đến vườn nhà khác, nơi nào có cây mù u là chúng tôi tới đó, lượm trái về đập ra lấy hột, dùng chiếc đũa xâu lại như xâu nem nướng rồi đem phơi khô. Đó là một thứ đèn mà mẹ tôi nói Trần Minh Khố Chuối có lẽ cũng đã từng thắp vào những ngày mưa bão khi không bắt được đom đóm. Mẹ tôi nói: "Trần Minh thắp đèn đom đóm đèn mù u mà học đậu Trạng Nguyên đó các con à". Câu nói này của mẹ vẫn theo ám ảnh chúng tôi không ngớt. Chúng tôi cực khổ nhưng mẹ nói mình vẫn còn có vài ba bộ áo quần, Trần Minh trước khi thi đậu Trạng Nguyên không có mảnh vải che thân, phải đóng cái khố bằng bẹ chuối.

Em trai tôi thích tàu bay. Mẹ tôi chỉ cho em làm những chiếc tàu bay giấy và chiều chiều em đem ra ném đầy sân. Mùa mưa thì mẹ làm tàu thủy, em thả những chiếc tàu giấy chạy theo dòng nước mưa bập bềnh bập bềnh ngoài sân theo dòng nước từ mái tranh chảy xuống mà chúng tôi vẫn gọi là dòng nước giọt. Mưa rơi rả rích, những giọt nước rơi xuống tí tách tí tách làm nghiêng ngả những chiếc tàu của em tôi, cho đến khi chạy quanh hết ba dòng nước giọt thì nó cũng tơi tả như sau những trận chiến ác liệt, và chúng nằm rũ xác ở đầu vườn.

Trò chơi em tôi say mê lâu dài nhất là em thích đánh đàn. Vào một ngày, sau khi nghe hát hò ở đình làng trở về, bỗng nhiên em thích đánh đàn. Làm gì có đàn mà đánh? Cho nên miệng em cứ hát những bài hát quen thuộc mà tay thì đánh vào mấy hột nút ở trước ngực làm cho 'cây đàn muôn điệu' của em cũng tung tóe càn khôn.

Một trò chơi khác mà chị em chúng tôi rất thích là trò chơi nhìn mặt trời. Buổi sáng thức dậy, khi mặt trời vừa lên, chúng tôi ra đầu hè rửa mặt. Mặt trời bắt đầu ngoi lên khỏi chân trời rồi từ từ lên cao. Chúng tôi đứng trước sân, nhìn thẳng vào mặt trời đang còn ẩn núp ở chân trời, nhắm mắt lại rồi mở bừng ra. Muôn ngàn tia sáng, muôn vạn màu sắc lung linh nhảy múa sáng ngời. Thật là một bầu trời lạ lùng. Chúng tôi say mê nhìn mãi không chán những màu sắc rực rỡ chói ngời chưa từng thấy trước mắt, tưởng chừng như, sau lũy tre làng nhỏ quen thuộc của chúng tôi, sau con đường chân trời mà chúng tôi thường nhìn thấy mỗi ngày ở biển Đề Gi là một thế giới thần kỳ hoàn toàn khác, có một cuộc sống khác, rực rỡ huy hoàng nguy nga tráng lệ chưa ai biết đến.

Đó có phải là thế giới của những vị Thần nhân từ, của các bà Tiên Áo Xanh Áo Trắng, của ông Bụt sẵn sàng cứu giúp người nghèo người khổ mà chúng tôi thường nghe mẹ kể trong những chuyện cổ tích thần tiên?

28. **Giữ Lửa**

Tuy không phải sống vào thời đồ đá đồ đồng, nhưng chúng tôi không có hộp quẹt hộp diêm không có đèn hột vịt để giữ lửa thì biết làm thế nào? Người lớn ra đồng làm việc vào những ngày đông rét lạnh cần sưởi ấm, hoặc các ông cần hút thuốc, lúc đó người ta lấy lửa ở đâu? Nhà thơ Nguyễn Đình Chiểu đã trả lời rất hay: *"Hỏa mai đánh bằng rơm con cúi cũng đốt xong nhà dạy đạo kia"*. Nghĩa sĩ Cần Giuộc đi đánh Tây cũng đã dùng rơm con cúi để đốt đồn của bọn giặc. Rơm con cúi là mồi lửa của nhà nông. Như các cô gái ngày nay thắt bím tóc dài làm điệu, nhà nông dùng rơm bện chặt thành một dây dài, người ta đốt một đầu rồi cầm theo đem ra đồng, khi đi nó ngúc ngoắc cái đuôi dài như bím tóc của người yêu. Đến nơi, họ để trên bờ ruộng, ngọn lửa cứ thế âm ỉ cháy, kiên nhẫn đợi chờ lời tỏ tình của điếu thuốc rê bự của mấy anh chàng nông phu.

Cách giữ lửa ở nhà cũng quan trọng không kém:

Khi nấu ăn phải tìm một khúc củi lớn và chắc để sau khi cháy sẽ cho những hòn lửa không bao giờ tắt như ngọn lửa của Diêm Vương cho anh chàng Jack. Sau đó, vùi tro bếp lên để giữ cho lửa không tắt. Nhà nào cũng phải làm như vậy. Nếu chẳng may để lửa tắt, đến giờ nấu ăn phải đi xin lửa. Công việc này mấy đứa nhỏ như tôi phải làm.

Bên cạnh nhà tôi là nhà ông Kiền. Ông Kiền có con gái nhỏ là con Bến, nó thường ở nhà ru em. Cứ trưa trưa chiều chiều, khi hàng cau bên hè đứng yên lặng gió, hoặc khi cơn gió nồm hiu hiu thổi, con Bến bắt đầu hát ru. Nó nằm trên võng, ôm đứa em nhỏ trong lòng, vừa đẩy chiếc võng qua lại vừa cất giọng hát. Sau này khi tôi có em nhỏ, chính tôi đã bắt chước giọng ru em của con Bến, có điều, những bài hát ru của tôi khác những bài ru của nó. Tôi vẫn còn nhớ giọng hát ru mạnh mẽ của nó, cũng có khi giọng nó nhừa nhựa vì ngái ngủ:

Cái ngủ (ơ) mày ngủ (mà) cho ngoan
Mẹ mày (ơ) đi cấy (ờ), ruộng sâu (dìa) chưa dìa...

Khi tôi qua xin lửa con Bến đang nấu cơm nhưng nó không ở trong bếp mà ở ngoài chuồng heo. Tôi thấy nó đang lom khom nhìn cái gì đó, tôi gọi:

- Bến, làm gì ở đó? Cơm trào tắt bếp rồi đây này.

Nó xua tay:

- Con gà mái so đang đẻ, tao chờ lấy trứng.

Khi con gà vừa kêu tục tác vài tiếng thì nó hí hửng cầm cái trứng còn nóng đi vô nhà. Nó lấy trứng của con gà mái tơ đẻ lần đầu, đập ra trong cái chén đất, lấy nước cơm đang sôi đổ vô, khuấy đều, thêm vào một ít đường, vậy là nó có một món thuốc bổ thơm ngon nóng sốt tuyệt vời. Món thuốc này những người mẹ mới sinh con ở quê tôi rất thích coi như món thuốc bồi bổ sau khi sinh con.

29. **Đồng Hồ Mặt Trời**

Canh một dọn cửa dọn nhà
Canh hai dệt cửi canh ba đi nằm
Canh tư bước sang canh năm ...

Đó là câu ca dao tính giờ giấc của người Việt Nam theo cách tính cổ truyền, từ lúc bảy giờ chiều cho đến năm giờ sáng hôm sau.

Trước khi có đồng hồ cơ khí như hiện nay thì nhân loại đã dùng nhiều loại đồng hồ khác nhau để định giờ giấc. Đồng hồ cát, đồng hồ nước, đồng hồ mặt trời, đồng hồ nhang... những loại đồng hồ đó đã được dùng lâu dài trong lịch sử. Đồng hồ cơ khí đã có từ thế kỷ XVI- XVII ở Châu Âu, nhưng Việt Nam chúng ta ở Phương Đông vẫn tính giờ theo cách cổ truyền. Đêm có năm canh ngày có sáu khắc và người ta dùng "tiếng trống điểm canh", "tiếng mỏ sang canh" để báo cho dân chúng biết giờ giấc ngày đêm. Tiếng chuông thu không báo hiệu ngày chấm dứt, cửa thành sắp đóng, công việc đã mãn, mọi người được về nhà nghỉ ngơi.

Chính Đức Phật ngày xưa cũng đã từng dùng bóng mặt trời làm tiêu chuẩn. Mặt trời mọc, mặt trời lặn, mặt trời đứng bóng, cõi ta bà cứ theo đó mà thi hành chánh pháp, chứ biết giờ nào mà định cho khắp các cõi ở chín phương Trời mười phương Phật?

Ở nước ta, có lẽ đến đầu thế kỷ XX đồng hồ cơ khí mới bắt đầu thịnh hành với đồng hồ treo tường, đồng hồ quả quýt bỏ túi, rồi đồng hồ đeo tay, nhưng quê tôi mãi đến giữa thế kỷ XX vẫn không ai có đồng hồ.

Cả làng cả xóm tôi không ai có đồng hồ. Họ làm thế

nào để biết giờ giấc? Trẻ em đi học cứ canh theo ba hồi kẻng của trường mà đi. Hừng đông thức dậy, ăn vội chén cơm lót lòng, nghe hồi kẻng thứ nhất, từ từ ra khỏi nhà, đợi đến hồi kẻng thứ hai mới đi thì phải cắm đầu chạy thật nhanh. Không dày không dép nên chẳng có gì vướng chân.

Người quê tôi lúc bấy giờ sống giản dị quê mùa. Sau một ngày làm việc mệt nhọc, tối về nhà, ăn cơm tối nghỉ ngơi, mọi việc đều xong, họ vô giường, đập hai bàn chân vào nhau cho rớt hết cát bụi rồi ngủ một giấc tới sáng. Đồng quê an lành, gió mát thổi, mọi người yên tâm tìm giấc ngủ bình yên, đợi những chiếc đồng hồ thiên nhiên đánh thức họ dậy. Đêm dài yên tĩnh, chỉ thỉnh thoảng vài tiếng chó sủa trăng, không có ăn trộm không có ăn cướp.

Sương chưa tan, trời còn mờ mịt thì con gà trống sau chuồng đã bắt đầu gáy. Một con gà cất tiếng gáy thì cả đàn gà cùng gáy theo. Ò ó o, ò ó o… Cả làng cả xóm rộn vang tiếng gà gáy. Gà gáy sáng là lúc đồng quê thức giấc. Mọi người cũng gọi nhau: "Gà gáy rồi, dậy đi thôi". Thì ra tiếng gà gáy vào buổi sáng là trăm cái đồng hồ báo thức cho cả làng. Ai cũng lo dậy, nấu cơm ăn sáng rồi đem theo mo cơm bới ra đồng làm việc. Mặt trời bắt đầu lên, người ta bắt đầu nhìn mặt trời mà đoán giờ giấc. Phía chân trời bắt đầu ửng hồng, họ gọi là "trời hừng đông", hay là lúc "rạng đông". Khi sương đã tan, bóng tối không còn, đó là lúc "trời tảng sáng", mọi việc đã chuẩn bị xong, họ bắt đầu ra đồng làm việc. Cha vác cái cuốc đi trước, mẹ cầm cái liềm theo sau. Không ai đợi đến lúc "mặt trời lên cả cây sào" hoặc "mặt trời lên đến ngọn tre" mới lo làm việc. Mọi người làm việc ngoài đồng cho tới lúc "đứng bóng", họ ngừng tay ăn trưa, nghỉ ngơi một lúc rồi tiếp tục làm việc.

Cứ như thế, người quê tôi cứ nhìn mặt trời lên mà đoán giờ giấc sớm tối. Sau buổi trưa, mặt trời bắt đầu ngả về hướng tây, đẩy cái bóng của ngôi nhà về phía trước, đó là lúc người ta bắt đầu tính giờ theo bóng nắng của ngôi nhà. Mấy đứa con gái nhỏ ở nhà vừa giữ em vừa coi chừng bóng nắng. Nắng đang còn ở "giọt tranh" (sát hiên nhà, nơi có dấu giọt mưa rớt xuống) thì cứ từ từ ôm em nhỏ nằm trên chiếc võng hưởng cơn gió mát, khi nắng đã ra giữa sân là lúc "xế chiều" hay nói một cách văn vẻ là "bóng xế chiều tà" thì lo bồng em ra vườn hái rau hái bí chuẩn bị nấu cơm chiều. Nắng đã "quá sân" hay nắng đã phủ hết sân, hay "nắng đã tắt", đó là lúc mọi người trên đồng lo thu dọn đồ đạc và "sẫm tối" là họ về tới nhà.

Mặt trời trở thành chiếc đồng hồ khổng lồ chung cho mọi người mà ai cũng có thể xem giờ và ai cũng có thể nhìn thấy bất kỳ ở đâu.

Bắt đầu một ngày từ lúc "gà gáy sáng" cho đến khi "gà lên chuồng", sinh hoạt của con người và vạn vật như hòa cùng một nhịp. Người lo làm việc, con gà đi kiếm ăn, con chó lo giữ nhà, trâu bò lo đi cày, mặt trời đi hết vòng quay của mặt trời, tất cả đều lo làm hết công việc của mình để rồi sáng hôm sau lại bắt đầu một ngày mới.

Nằm trong đêm tối, bọn trẻ chúng tôi lại nao nức đợi ngày mai lên.

Mặt trời, một chiếc đồng hồ lớn rực rỡ quen thuộc của quê tôi vẫn không quên tỏa sáng mỗi ngày.

30. **Ánh Trăng Ngà và Chú Cuội Già**

Mặt trời là chiếc đồng hồ khổng lồ của thôn quê thì mặt trăng là quyển lịch cũng to lớn không kém mà chúng tôi có thể giở từng tờ theo hình dáng của mặt trăng hiện ra từng đêm trên bầu trời cao.

Cứ tối đến, khi cơm nước đã xong, nếu còn sớm chúng tôi chưa ngủ thì mẹ tôi thắp cây đèn dầu hao để ở giữa nhà. Mẹ lấy một cái dĩa bằng đất, đổ vô đó một ít dầu phụng, dầu dừa cũng được nhưng cháy mau hết. Xong rồi, chị tôi lấy một cục bông, chị kéo dài ra rồi xe lại giữa hai lòng bàn tay làm thành cái tim đèn. Thả tim đèn vào dĩa dầu chừa một đầu ra ngoài, thắp sáng lên, vậy là chúng tôi có cây đèn dầu hao. Giản dị, dễ dàng và chẳng tốn kém công sức tiền bạc gì, trẻ con người lớn đều làm được. Thắp cây đèn dầu hao lên, chúng tôi chơi với cái bóng của mình trên vách tường, mẹ tôi bắt đầu kể câu chuyện Thiếu Phụ Nam Xương. Lúc bấy giờ chúng tôi còn nhỏ nên cũng không đổ ra những dòng nước mắt lai láng nhưng giọng mẹ tôi thì nghẹn ngào. Có lẽ mẹ thương cho người dân mình khổ, chịu nhiều cảnh chiến tranh tai ương; mẹ xót cho thân phận người đàn bà Việt Nam chịu nhiều thiệt thòi trong chế độ phong kiến.

Khi ánh trăng bắt đầu soi sáng thì sân nhà ai cũng rộn rịp hẳn lên, chúng tôi tắt đèn ùa ra sân vừa chơi vừa hát:

Mùng một lưỡi trai
Mùng hai lá lúa
Mùng ba câu liêm
Mùng bốn lưỡi liềm
Mùng năm liềm giật
Mùng sáu thật trăng

...

Mười lăm trăng rằm
Mười sáu trăng treo
Mười bảy sảy giường chiếu
Mười tám nám bếp trấu
Mười chin nín đi đường
Hai mươi tuất rốt
Hai mốt nửa đêm
Hăm hai gà gáy
Hăm ba chim kêu
Hăm bốn ở đâu
Hăm lăm ở đó
Hăm sáu đã vậy
Hăm bảy làm sao
Hăm tám thế nào,
Hăm chín thế ấy
Ba mươi không trăng.

Xóm bên đông hát thì xóm bên tây cũng hát vang giọng sôi nổi hào hứng không kém:

Ánh trăng trắng ngà có cây đa to
Có thằng cuội già ôm một mối mơ... là ôm một mối mơ......
Cuội ơi ta nói cuội nghe
Ở cung trăng mãi làm chi...

Chúng tôi ngóng lên trời nhìn mặt trăng tròn có in hình cây đa và Chú Cuội Già. Mẹ tôi kể chuyện Chú Cuội có cây thuốc trường sinh hằng ngày hái lá đem đi cứu người. Một hôm Chú Cuội đi vắng người vợ ở nhà không hiểu chuyện làm bậy dưới gốc cây nên cây thuốc quý bật gốc bay lên trời. Chú Cuội đi làm về thấy cây đang bay vội chạy theo níu lấy cây. Nhưng chú không giữ được cây, cây bay lên cung trăng mang theo Chú Cuội. Cho đến ngày nay ta vẫn còn thấy Chú Cuội ngồi vắt vẻo dưới gốc cây đa trên cung trăng của Chị Hằng. Không những thế cha của Cuội cũng lên được trên trời:

Chú Cuội ngồi gốc cây đa
Để trâu ăn lúa gọi cha ơi ời
Cha còn cắt cỏ trên trời
Mẹ còn cỡi ngựa đi mời quan viên
Một ông cầm bút cầm nghiên
Một ông cầm tiền đi chuộc cái thang...

Lên trời đâu có gì khó chỉ cần một cái thang thôi mà. Vì vậy bọn trẻ đồng xanh vẫn túm tụm lại vừa đuổi theo cái bóng của mình quanh sân vườn vừa hát:

Các em thích cười muốn lên cung trăng
Cứ hỏi ông Trời cho mượn cái thang...

Những đêm trăng sáng là những đêm vui nhất ở thôn quê, sân nhà ai cũng nhộn nhịp tiếng cười đùa tiếng hát hò, tiếng nói chuyện rì rầm. Nhà chúng tôi vừa nhỏ vừa nóng nên mẹ tôi đem hai chiếc chõng tre ra để giữa sân cho chị em tôi suốt đêm ngủ ở đó. Những đêm trời quang đãng thì chúng tôi chơi trò tìm sao đếm sao. Mẹ chỉ cho chúng tôi ngôi sao Thần Nông, sao Bắc Đẩu, sao Hôm, Sao Mai là những ngôi sao sáng nhất trên bầu trời, có thể dùng chỉ phương hướng cho người đi đường. Chúng tôi tranh nhau xem ai tìm nhanh nhất ông sao Thần Nông có đeo cây kiếm dài ở thắt lưng. Tìm sao chán rồi chúng tôi thi nhau chơi trò đếm sao xem ai đếm được nhiều sao nhất. Chúng tôi đứng thẳng, cố gắng hít một hơi thật sâu vào lồng ngực rồi bắt đầu thở ra từ từ và lớn tiếng đếm:

"Một ông sao sáng hai ông sáng sao ba ông sao sáng bốn ông sáng sao..."

Tôi đếm được độ mười lăm ông sao thì đã thấy hụt hơi nên khi nào tôi cũng thua, chị tôi lúc nào cũng đếm được nhiều sao nhất. Có người đếm được trên ba mươi ông sao. Mẹ tôi nói: "Người ta chơi trò đếm sao là để rèn luyện ý chí và sức mạnh của con người. Người nào đếm được nhiều sao là người có ý chí mạnh mẽ sau này có thể làm nên được nhiều việc lớn". Thì ra người xưa bày trò chơi cũng là một cách để rèn luyện ý chí nghị lực của trẻ em. Chị tôi hơn tôi một tuổi học hơn tôi một lớp cao hơn tôi một phân, chị học giỏi hơn tôi, làm việc giỏi hơn tôi, biết nhiều chuyện hơn tôi. Hai chị em tôi thường làm việc cùng nhau, nói chuyện cùng nhau, vui cười cùng nhau, đi đâu cũng có nhau. Ở nhà có mẹ ra đường có chị, tôi thật là một con bé sung sướng nhất trần đời. Chị tôi sau này làm được nhiều việc lớn hơn tôi, hữu ích hơn tôi. Mẹ tôi rất hãnh diện về chị.

Chúng tôi nằm ngủ dưới bầu trời đầy sao trong ánh trăng mờ ảo, gió mát thổi và cây lá rì rào quanh vườn để rồi sáng hôm sau thức dậy cùng với ngôi sao Mai rực rỡ ở phương Đông. Mặt trời bắt đầu lên và chúng tôi lại bắt đầu nhìn mặt trời để làm việc.

31. **Vui Buồn CùngVạn Vật**

Mỗi ngày thức giấc nhìn thấy biết bao điều kỳ diệu xung quanh. Ngày tiếp ngày đêm tiếp đêm, bốn mùa nối tiếp thay đổi. Mặt trời lên mặt trời biến mất giữa màn đêm u tối; mặt trăng lên mặt trăng lặn. Ông trăng ông sao soi đường chỉ lối, cần mẫn siêng năng. Cuối tháng đầu tháng ông trăng ông sao có khi cũng ngủ quên ngủ gật làm cho địa cầu mờ tối. Có ông Trời ở trên cao điều khiển mọi việc và phân xử phải trái ở trần gian. Ông Bụt đầy lòng nhân từ nhân ái. Các bà tiên áo xanh áo trắng bay lượn khắp nơi sẵn sàng cứu giúp người nghèo khổ.

Người quê tôi họ cứ tin như thế và họ yên tâm sống cuộc đời bình yên.

Hằng ngày sống cùng mặt trời mặt trăng cây cỏ thiên nhiên cho nên người ta thấy được nhiều sự thay đổi và rút ra nhiều bài học áp dụng trong cuộc sống. Những câu hát câu đố là quyển sách lớn vô hình lưu truyền những kiến thức thông thường ai cũng biết, trẻ em cứ vui miệng hát lên là mọi người thấy được sự biến đổi của vạn vật quanh mình. *"Cơn mưa đằng đông vừa trông vừa chạy. Cơn mưa đằng nam vừa làm vừa chơi"*.

Nhìn bầu trời rực rỡ đầy sao, chúng tôi biết ngay thời tiết những ngày sắp tới: "*Nhiều sao thì nắng, vắng sao thì mưa*". Hiện tượng này thật là rõ ràng, mấy đứa trẻ con như chúng tôi cũng biết. "*Trăng quầng thì hạn, trăng tán thì mưa*". Đêm nào ra sân chơi trăng mà thấy quanh mặt trăng có một vòng tròn đỏ như lửa là nỗi lo lắng bắt đầu đến, đó là dấu hiệu trời hạn hán dẫn tới mất mùa, những ngày đói cơm chắc chắn sẽ đến. Nhưng nếu thấy cái vòng quanh mặt trăng rộng lớn và mờ nhạt thì đó là điềm báo một niềm vui: Ngày mưa sắp đến, không lo hạn hán mất mùa, mọi người yên tâm chờ đợi những cánh đồng lúa rực vàng óng ánh hạnh phúc ấm no.

Vườn nhà ai cũng rộng, cỏ cú cỏ gà cỏ hôi bông hoa mọc chen lẫn không phân chia ranh giới. Hoa lan đất trắng đỏ mọc đầy vườn, rau răm rau cải rau húng rau quế mọc từng luống dài cùng với cỏ, những dây khoai lang bầu bí cũng trườn bò khắp vườn. Hằng ngày chúng tôi ra hái rau hái mướp hái bầu, nhìn cây cỏ hoa trái cũng đoán được thời tiết: *Trời nắng cỏ gà trắng thì mưa. Trời nắng tốt dưa trời mưa tốt lúa. Được mùa xoài mất mùa lúa...*

Rau sam cây sả lá chanh cỏ tranh mía lau cây mả đề lá ngải cứu… là những vị thuốc giải nhiệt, nấu một nồi nước xông trị được nhiều chứng bịnh. Củ gừng là thuốc đau bụng, củ hành là thuốc giải cảm. Mọi người không thể tưởng tượng được đâu, quê tôi ai cũng là bác sĩ cho riêng mình. Bác tôi đi làm ngoài ruộng về thấy chóng mặt nhức đầu. Có hề gì? Bác lấy từ dưới gầm giường ra một củ hành còn sống, phủi đất rửa sạch, bác nhai nhỏ rồi uống một ly nước chè nóng, bác ngủ một đêm, sáng mai thức dậy bác lại mạnh khỏe ra đồng làm việc. Bị ho thì đã có cây rau tần, nhai vài lá nuốt là đã thấy cổ họng ấm lại, cơn ho dịu xuống. Ho lâu chưa bớt thì hái bông bạch tuyết trồng ở đầu hè có mùi thơm quấn quýt đem chưng với đường phèn, món thuốc ngọt ngào này được bọn trẻ con rất thích, cứ mong ho để được mẹ cho ăn bông bạch tuyết chưng đường phèn. Đứt tay chảy máu thì cắt vài lát lá nha đam đắp vô, bị bầm dập thì đắp muối nhiều vào là bớt đau bớt dập ngay…

Một căn bịnh mà những người sống ở vùng rừng thiêng nước độc rất sợ, đó là bịnh sốt rét. Khi tôi bị sốt rét hành, cái lạnh như từ xương sống toát ra, nằm dưới bao nhiêu lớp chiếu (vì không có mền) mà vẫn thấy chiếc chiếu nhảy lưng tưng răng đánh bò cạp lập cập lập cà không sao cưỡng lại được. Cứ ba ngày lên một cơn run như thể đến ngày hẹn gặp thần chết. Sốt rét phải dùng thuốc của Pháp, thuốc ký ninh (Quinine). Quê tôi có phổ biến trồng cây Canhkina (Cinchona) loại thần dược dùng chế biến thuốc Quinine, nhưng hái một rổ lá Canhkina sắc uống đắng khắc cổ cũng không bằng một viên thuốc màu vàng nhỏ của kẻ thù!

32. **Chạy Giặc**

Đồng quê xanh mát, không khí trong lành, cuộc sống có khó khăn vất vả nhưng yên bình, không trộm cắp, không cờ bạc. Những con người ở quanh tôi họ sống một cuộc đời giản dị theo sự thay đổi bốn mùa, theo bước đi của năm tháng, những lúc giặc Pháp không vào càn quét thì họ cũng yên tâm an hưởng cuộc sống bình an.

Mặt Trận Việt Minh đã thành lập chính quyền ở đây, họ có những tổ chức rất chặt chẽ. Bọn con nít như chúng tôi thì xếp vào hàng ngũ gọi là thiếu nhi. Người lớn tuổi hơn thì gọi thanh niên thanh nữ, và họ cũng thường xuyên được học tập. Những người lớn như mẹ tôi cũng có tổ chức gọi là phụ nữ, lớn hơn nữa thì gọi là phụ lão và họ cũng hay đi họp lắm. Bọn con nít thì tối nào trăng sáng là họp lại để nghe nói về tình yêu nước, về kế hoạch xâm lăng của kẻ thù, chúng khai thác hầm mỏ, bòn rút tài nguyên, hà hiếp cướp phá dân lành; bọn Nhật thì vơ vét lúa gạo đem về Nhật làm cho dân Việt Nam chết đói ba triệu người năm 1945… Rồi chúng tôi tập hát tập múa, những lúc có chiến dịch sôi động thì đi biểu tình, thắp đuốc sáng rực trời và hô khẩu hiệu gần suốt đêm tờ mờ sáng mới về tới nhà.

Làng tôi cách cửa biển Đề Gi không xa nên giặc Pháp thường hay đi tàu đến cửa biển rồi vào làng cướp phá bắn giết bất kể đạo lý lương tâm con người.

Cứ mỗi lần thấy tàu của Pháp xuất hiện xa xa thì đội canh phòng ở bờ biển bắt đầu thong thả đánh những tiếng kẻng báo hiệu cho dân làng chuẩn bị. Việc chạy giặc cũng được huấn luyện trước. Quan trọng nhất là gạo. Mỗi người may một bao nhỏ dài đeo quanh bụng, trẻ em có bao nhỏ gọi là ruột nghé, người lớn bao lớn hơn gọi là ruột tượng, như cái túi ba gang trong truyện cổ tích Ăn Khế Trả Vàng. Mỗi người thêm một xách nhỏ đeo trên vai đựng ít áo quần, mẹ thì đem theo một ít đồ dùng cho gia đình.

Khi tiếng kẻng bắt đầu khua động trong bầu không khí êm ả của miền quê là người ta bắt đầu một nỗi sợ hãi bất tận. Người ta lo thu dọn đồ đạc chuẩn bị chạy loạn. Rồi tiếng kẻng bắt đầu đánh nhanh hơn mạnh hơn cùng với nhịp tim đập áp đảo mọi âm thanh, người ta bắt đầu dắt díu nhau ra khỏi nhà. Khi tiếng kẻng đổ dồn liên hồi mạnh mẽ, đó là lúc kẻ thù đã bắt đầu lên bờ, những người gan lì nhất cũng vội bỏ cày bỏ cuốc dắt trâu dắt bò chạy bán mạng, không chạy kịp là đi đời cả người lẫn con vật cưng tài sản quý của gia đình. Mất nước là mất tất cả những âm thanh vui tươi rộn rã cùng những ngày tháng bình yên hạnh phúc.

Vào rừng nấu cơm, bẻ cây rừng làm đũa, khi ăn phải theo cách ăn mới mà chúng tôi cũng đã được học tập trước. Như thường lệ, chúng tôi dùng đũa gắp thức ăn bỏ vô chén, sau đó, quay lại đầu kia để và thức ăn vô miệng. Cách ăn này gọi là cách ăn đũa hai đầu. Đó là một cách ăn mới hợp vệ sinh mà bọn thiếu nhi chúng tôi cũng náo nức thi đua thực hiện để được chấm điểm thi đua.

Cuộc chiến càng trở nên ác liệt thì công cuộc chuẩn bị chạy giặc càng gắt gao hơn. Mỗi nhà đều phải đào một hầm dài suốt cả khu vườn nhà mình cho đến vườn nhà bên cạnh, gọi là hầm liên lạc; khi chạy giặc thì chạy theo đường hầm có cây lá bao phủ để kẻ thù không phát hiện. Làng tôi ở gần sát chân núi nên bọn Pháp cũng không dám mạo hiểm tiến sâu vào làng, thường thường chúng chỉ vào nửa chừng rồi rút ra bởi vì chúng biết rừng núi là nơi du kích ẩn náu, chúng vào đó là sa bẫy khó toàn mạng trở ra. Làng tôi cách cửa biển Đề Gi một rừng cát mà sau này gọi là Rừng Càn, vì ở đó cây rừng nhỏ mọc thưa thớt, chỉ toàn cát là cát, bọn Pháp đã từng sập hầm chông ở đó nhiều lần nên chúng cũng ngán mà không dám ngang ngược như vào chỗ không người.

Sau năm 1950, khi quân Pháp tăng cường máy bay và đem bom dội nát đất nước chúng ta thì người dân làng tôi phải đào nhiều hầm trú ẩn ngay trên những con đường đi lại và mọi người cũng được huấn luyện cách để tránh bom của kẻ thù. Thấy máy bay của giặc là phải nhào đại xuống hầm ngay, thấy bom thả bên phải thì phải tránh qua bên trái may ra còn mạng sống mà về đến nhà.

Đó chỉ là công cuộc chuẩn bị chống giặc ở hậu phương. Ở chiến trường đối đầu với kẻ thù mới là chuyện quan trọng.

33. Anh Bộ Đội Quốc Gia

Đối đầu với hình ảnh thằng giặc Pháp mắt xanh mũi lõ thằng Phú Lang Sa, thằng Tây, thằng Bạch Quỷ thằng dã nhân tàn ác dã man thì hình ảnh anh bộ đội là một con người rất đẹp, rất anh hùng mà những thanh niên trong làng tôi ai cũng mong được trở thành anh bộ đội đánh Pháp. Làng tôi chưa có ai đi bộ đội. Thỉnh thoảng cũng có vài người trong làng đi dự tuyển nhưng sau đó họ buồn bã trở về nói rằng họ không đủ tiêu chuẩn. Lúc đó tôi còn nhỏ nên không biết gì chỉ thấy họ không vui. Không làm bộ đội thì họ làm du kích, khi có giặc tới thì họ chạy ngay vô núi để chuẩn bị đánh giặc.

Cậu tôi bỏ nhà đi theo tiếng gọi yêu nước từ năm 1947, khi gia đình chúng tôi vào ở Bình Định, cậu hay liên lạc với mẹ tôi. Rồi một lần cậu về thăm gia đình chúng tôi. Đó là những ngày vui vẻ của mẹ con chúng tôi. Cậu tôi rất đẹp trai, rất vui vẻ, rất hiền vậy mà cậu làm bộ đội đi đánh giặc Pháp, có lạ đời không? Cậu kể nhiều chuyện trên núi trên rừng cho chúng tôi nghe, rừng xanh núi đỏ, cảnh đẹp như bức tranh nhiều màu rạng rỡ, cậu kể lại những gian khổ cậu đã trải qua. Nhiều ngày hết lương thực, đi đói trong rừng, may nhờ cây rừng nhiều trái cây nên mọi người cũng tạm qua cơn ngặt nghèo.

Cậu có cây súng lục luôn luôn đeo bên mình. Chuyện liên quan tới cây súng của cậu mới vui. Một người bà con bên gia đình nội tôi có một người con gái bị điên. Đó là cô Sơn. Bác tôi kể chuyện, cô Sơn bị điên, người nhà tìm thầy thuốc về chữa bịnh cho cô, họ chữa theo cách trừ tà ma như thời ông Bành Tổ. Buổi sáng tinh mơ, họ gọi cô dậy, vừa dội nước lạnh vào người cô vừa dùng roi dâu đánh vào người để đuổi tà ma. Cô Sơn mình đầy ngọn roi dâu nhưng điên vẫn cứ điên. Cô đến nhà chúng tôi đúng lúc cậu tôi đang có mặt ở đó. Cô mê ngay anh bộ đội quốc gia đẹp trai. Mọi người cười nói: "Cô Sơn điên mà khôn".

Cô Sơn điên nhưng không phá phách dữ tợn la hét xé áo xé quần như những người điên chúng tôi thường thấy ở ngoài đường. Cô thích trèo cây. Ngoài vườn bác tôi có cây xoài bị nghiêng gốc, chúng tôi chỉ dám ngồi dưới gốc cây thôi cũng thấy mình sướng như tiên vậy mà cô Sơn chạy từ dưới gốc lên tới ngọn, rồi cô chạy từ trên ngọn xuống tới gốc, cô chạy lên chạy xuống nhanh như bị ma đuổi, cô vừa chạy vừa giang hai tay cười khanh khách, chúng tôi nhìn cô đầy kinh ngạc. Người điên có phép lạ hay sao? Người điên hay đi dạo trên mái nhà nhất là vào những đêm trăng, người ta kể chuyện, người điên thích nói chuyện với ma. Cô Sơn điên nhưng không dại, cô không thích nói chuyện với ma, cô thích kiếm cậu tôi nói chuyện hơn, cô gọi liên tục: "Anh bộ đội quốc gia! Anh bộ đội quốc gia!" Từ khi cô nhìn thấy cậu tôi có cây súng, cô rất thích cây súng. Suốt ngày cô theo cậu tôi đòi cây súng. Cô chạy lên chạy xuống trên cây xoài vừa kêu réo liên tục: "Anh bộ đội quốc gia, đưa súng lục đây! Anh bộ đội quốc gia, đưa súng lục đây!" Khi cậu tôi đi rồi, cô vẫn còn đến kiếm cậu tôi và đòi cây súng cho nên âm thanh "Anh bộ đội quốc gia" cứ vang mãi rất lâu trong khu vườn của chúng tôi, tiếng kêu theo gió rì rào quanh quẩn như nỗi lòng u uẩn của cô gái điên chưa tìm lại được chính mình.

Một thời gian sau có toán bộ đội vào làng. Đây là lần đầu tiên chúng tôi thấy nhiều bộ đội đến thế. Trước khi họ đến dân làng đã được học tập mọi chính sách rồi. Họ đã phân công bộ đội sẽ vào ở nhà ai, ở bao nhiêu người. Nhà bác tôi rộng, họ ở một toán độ năm người, nhà ông Hai Kiền bên cạnh cũng có bộ đội ở, nhà tôi nhỏ chật nên không có ai ở.

Những ngày có bộ đội, làng chúng tôi rộn vui hẳn lên. Những thanh niên trẻ vui tính và hiền lành, họ sống rất có kỷ luật, không làm việc gì có hại cho người dân. Thấy họ đến nhiều người đem đến tặng vài chai nước mắm, vài bịch gạo… nhưng họ không dám nhận, khi nào họ cũng hỏi ý tiểu đoàn trưởng xong họ mới dám nhận. Áp dụng chính sách "ba cùng" họ sống hòa đồng với dân làng. Buổi sáng họ cùng ra đồng làm việc giúp dân, ai có việc gì họ làm giúp việc đó, nhổ cỏ, cắt lúa, cuốc đất, trồng khoai… Tới bữa, họ tự nấu cơm ăn. Buổi tối họ ra sân ngồi là bọn trẻ kéo lại. Họ kể chuyện, bày trò chơi, dạy hát dạy múa… Ai cũng xem đây là những ngày hội vui của làng.

Đánh giặc giữ nước là truyền thống chung của dân tộc ta kể từ thời lập quốc đến nay. Đặc biệt Bình Định là nơi khởi nghiệp của Vua Quang Trung, là nơi anh hùng Mai Xuân Thưởng lập căn cứ chống Pháp, là quê hương của Tăng Bạt Hổ, vị anh hùng trẻ tuổi tay không đấu với hổ khi trên đường vượt núi qua Thái Lan sau đó qua Tàu Nga Nhật tìm đường đánh giặc Pháp cứu nước. Tinh thần ấy đã khắc sâu trong tâm hồn dân làng tôi, vì thế tình cảm họ dành cho những chiến sĩ chống Pháp hiện nay cũng sâu sắc không kém. Ngày các anh bộ đội rời làng ra đi cả làng đưa tiễn họ bằng tình cảm chân thành lưu luyến. Chiến trường An Khê đang ác liệt, họ đi lên đó, biết còn có ngày trở về với gia đình của họ?

Những ngày có cậu tôi, mẹ tôi là người vui nhất. Những câu chuyện cậu kể, những điều cậu nói có lẽ đã tác động mạnh đến tâm hồn tư tưởng mẹ tôi. Mẹ tôi đọc nhiều sách của Tự Lực Văn Đoàn nên cũng thấm nhiễm những tư tưởng mới, lối sống mới, suy nghĩ mới. Những tư tưởng yêu nước, độc lập tự do được nghe từ cậu tôi càng giúp mẹ tôi trở thành một con người mạnh mẽ hơn. Sống với đồng ruộng ao bùn nhưng bà không bao giờ than khổ, không bao giờ oán hận ai, như người ta vẫn làm khi lâm vào cảnh khốn cùng như oán hận ông trời, oán hận số phận hay oán hận chồng con. Mẹ làm việc luôn tay, trút hết sức lực lo cho đàn con, nhiều khi lâm vào tình trạng cực kỳ nguy hiểm đến mạng sống. Có lần mẹ tôi bị ong bò vẽ đốt. Ong bò vẽ là một loại ong cực kỳ nguy hiểm, nọc độc của nó có thể làm chết người. Người ta vẫn thường nói: "Ong bò vẽ đốt nẻ lưỡi cày", vậy mà mẹ tôi đã bị một bầy ong bò vẽ bay theo đốt đầy đầu vào một buổi sáng mẹ dậy sớm ra giếng múc nước. Mẹ kêu la kinh hoàng, cả xóm chạy đến cứu mẹ và chỉ cách hút nọc độc ra khỏi đầu. Tôi không còn nhớ họ đã chỉ cách gì để hút các nọc ong ra khỏi đầu mẹ tôi. Mẹ trùm chiếu nằm nhiều ngày bất động, chị em chúng tôi nhìn nhau nước mắt chứa chan như Hận Sông Gianh. Có năm đói quá, khoai mì còn non, chúng tôi nhổ về nấu ăn, mẹ bị say chất độc, nằm chết giả nhiều ngày, vì lúc đó mẹ đang mang thai em trai tôi… Qua cơn hoạn nạn, mẹ lại vui vẻ, hay hát hay cười, hay làm việc.

34. **Nhà Mới**

Cuộc sống ở nông thôn tuy vất vả nhưng yên lành. Mọi người đều sống tự do, không lo lắng không sợ hãi. Sau những giờ làm việc cực nhọc, mọi người ngồi dưới gốc cây đa, bên lũy tre làng, hay những trưa hè ngồi bên bờ giếng cùng nhau chuyện trò vui cười hả hê, hoàn toàn khác với cuộc sống ở thành phố nơi kẻ thù đã đặt nền thống trị. Mất chủ quyền vua quan nhà Nguyễn chỉ ngồi làm vì, mọi quyền định đoạt đều do chính quyền bảo hộ. Người dân thành phố hoặc làm việc cho Nam Triều hoặc theo tây học thì làm việc cho chính quyền bảo hộ. Người dân sống phải theo luật lệ bảo hộ. Đúng sai đều phải răm rắp tuân theo không được phản kháng. Đêm đêm nghe tiếng gào thét của những con người yêu nước bị tra tấn trong nhà lao Thừa Phủ bên kia sông Hương là các cậu các dì tôi đóng kín cửa bịt chặt tai nhưng nước mắt thì đầm đìa ướt gối. Hoặc khi có ai nhắc đến những danh từ gợi lên những cảnh tượng dã man đẫm máu như Sở Mật Thám, Phòng Nhì, Deuxième Bureau là chúng tôi thấy mình như bị thắt nghẹn ngang cổ. Cuộc sống của người dân mất nước bị đặt dưới ách thống trị của kẻ thù thật giống như có lưỡi kiếm treo trên đầu bằng một sợi lông ngựa.

Cuộc sống ở làng Phú Long tuy đầm ấm yên vui nhưng đất đai ở đó quá khô cằn, dù mấy mẹ con chúng tôi vẫn chịu đựng không oán than gì, nhưng ba tôi vẫn quyết định đi tìm miền đất hứa khác, tạo dựng một cuộc sống mới khác.

Lần đầu tiên chúng tôi có nhà mới là vào năm 1953. Đó là lúc cuộc chiến tranh giữa Pháp và Việt Nam đang còn xảy ra rất ác liệt, lúc bấy giờ gia đình chúng tôi đang ở quê nội gần cửa biển Đề Gi, một nơi chó ăn cát gà ăn xương rồng, còn người thì cơm gạo khoai sắn, sau khi đóng thuế nông nghiệp rồi, năm nào cũng không đủ ăn. Ba mẹ tôi quyết định đi tìm miền đất hứa khác.

Miền đất hứa mới: An Nhơn, một huyện trù phú hơn Phù Cát. Nơi đó, năm 1814 vua Gia Long chọn làm nơi xây thành Bình Định mới, nơi có dòng sông Côn chảy qua ở phía Nam, phía Bắc tiếp cận đường thiên lý Bắc Nam. Một địa điểm thuận lợi cho việc giao thông hơn thành Bình Định cũ, vốn được Nguyễn Nhạc xây trên nền thành đô hoang phế hơn 300 năm vốn là thành Đồ Bàn của Chiêm Thành ở Qui Nhơn, và gọi là Thành Hoàng Đế. Thành Bình Định mới được sử dụng hơn ba trăm năm, đến năm 1946 thành bị đánh sập hoàn toàn theo chủ trương "tiêu thổ kháng chiến" chống Pháp. Khi vào sống ở An Nhơn, chị em tôi có lần đến đó thì thành chỉ còn lại những đống gạch vụn đổ nát, một cảnh tượng tiêu điều của đất đá hoang sơ.

An Nhơn cách Phù Cát một con đèo gọi là Đèo Lớn. Để chuẩn bị băng qua con đèo lớn âm u ghê rợn này, chúng tôi phải đợi có đông người mới cùng đi. Đèo Lớn nổi tiếng có nhiều cọp và nhiều câu chuyện lưu truyền làm cho tôi mãi mãi không quên nỗi hãi hùng thời tuổi thơ: Một gia đình nọ có một cô con gái đi làm việc về lúc xế chiều, ngang qua đèo bị cọp vồ mất xác. Một gia đình khác có hai con trai đi làm ăn xa, gần ngày Tết, hai anh em gom góp tiền bán sức lao động trong năm đem về giúp cha mẹ, khi đi qua Đèo Lớn, cả hai cùng bị cọp vồ, tiền bạc mất sạch. Người cha quá đau lòng nên nhất quyết trả thù. Ông mài một cây rựa thật bén, ông mài đi mài lại nhiều lần, nhiều ngày nhiều tháng, sau cùng ông xách rựa vô đèo kêu lớn:

- Bớ cọp, mi đã ăn thịt hai đứa con của tao, tao không muốn sống nữa, bây giờ tao ở đây, mi ra ăn thịt tao luôn đi.

Ông già cứ ở đó kêu lớn như vậy nhiều lần, cuối cùng một con cọp vằn vện lông lá xù lên hiện ra. Lập tức ông già rút cây rựa và sau một hồi quần nhau với cọp, ông đã giết được cọp, chặt đầu cọp, lột da cọp định đem về tế con của ông thì ôi thôi! Đây đâu phải là con cọp! Một con người đã đội lốt cọp để đe doạ giết người cướp tài sản của khách qua đường!

Từ dưới chân đèo nhìn lên cảm giác rùng rợn đã ập đến. Rừng cây rậm âm u. Đường đi lên thì dốc ngược, đường đi xuống thì dốc đứng, đường không dốc lên dốc xuống thì đá tai mèo lởm chởm gồ ghề. Quãng đường nào cũng phải vất vả lắm mới vượt qua. Nhưng rồi cuối cùng chúng tôi cũng đi qua đèo an toàn cùng với nhiều người khác. Vào đến An Nhơn chúng tôi ngủ lại nhà một người bạn của ba tôi, sáng hôm sau đi xem nhà mới. Chủ nhà nói với mẹ tôi:

- Bà chị dám ở trong cái nhà ấy hả? Nhà đầy ma không hà.

Nhưng ba mẹ tôi là những người mạnh mẽ, không tin có ma. Mẹ tôi nói:

- Làm gì có ma. Người ta chỉ dọa mình cho vui thôi.

Chủ nhà lắc đầu le lưỡi ra dáng sợ hãi. Chị em chúng tôi chạy đến ôm chặt lấy mẹ.

Sáng hôm sau chúng tôi đi xem ngôi nhà ma.

Đó là một ngôi nhà nằm trơ trọi giữa cánh đồng, phía sau nhà là gò mả, xung quanh đồng ruộng mênh mông, xa xa mới có nhà trong thôn xóm. Ngôi nhà của bà Tư, bà Tư dọn đi nơi khác nhưng ngôi nhà thì không ai dám mua vì mọi người đồn nhà có nhiều ma, và họ gọi đó là ngôi nhà ma. Ba mẹ tôi nhất quyết dọn đến ở cùng với ma. Chị em chúng tôi vô tư, có thấy ma bao giờ đâu mà biết sợ? Từ mấy năm nay chỉ toàn sợ thằng Tây thằng Pháp, sợ máy bay của thằng Tây, nghe máy bay của thằng Tây bay trên đầu là lo tìm hầm ẩn trốn. Sao lạ vậy kìa? Mình ở trên đất nước của mình sao cứ phải chạy trốn thằng Tây ở trên trời?

Đêm đầu tiên chúng tôi ngủ một giấc ngon lành trong ngôi nhà ma. Sáng hôm sau thức dậy, lần đầu tiên làm chủ cái nhà riêng của mình, chúng tôi thấy có cái gì đó hơi lạ lùng. Một chút xao xuyến bâng quơ. Đây là cái nhà riêng của mình, không còn ở nhà chung nữa, cho nên chúng tôi tự do ra sức tô điểm cho cái nhà của mình. Thì ra tự do thật có ý nghĩa, cuộc sống không còn bị giới hạn nữa, cuộc sống là toàn quyền, là trọn vẹn, là có nguyên cả bầu trời. Cuộc sống trở nên mênh mông, tròn đầy như mặt trăng mười sáu. Ba tôi đi làm việc xa, để cái nhà và "ấn tượng ma" lại cho mẹ con chúng tôi.

Mỗi sáng thức dậy, chúng tôi ùa ra vườn quan sát công trình lao động của mình. Trước mắt chúng tôi, cả một thế giới như bừng sức sống. Cuộc sống của chúng tôi không còn gói gọn trong ngôi nhà mà lan tỏa ra thiên nhiên, giữa trời cao đất rộng. Chính bàn tay của chúng tôi đã góp phần tạo ra phép lạ cho hoa cỏ đấy chứ? Giàn mướp ra hoa, cây cà có nụ, cây cà chua có trái bắt đầu chuyển sang màu hồng, cây ớt như có những con mắt màu đỏ, cây đu đủ có hoa là những nụ cười duyên, những cây rau thơm như có những cái cổ dài vươn lên yểu điệu... Mấy chị em chúng tôi gọi nhau inh ỏi. "Chị ơi chị, đến đây coi, me ơi me, con hái rau cho me nè". Hai đứa em trai của tôi thì chạy theo bầy gà, những con gà con lông vàng xinh xắn... Cứ thế, mỗi buổi sáng giàn nhạc sống của bốn chị em chúng tôi vang lên như cái đài phát thanh bị bể. Mấy người trong xóm hỏi: "Bộ mẹ con nhà bà Tín gặp ma hay sao mà la dữ dậy kìa?". Tôi nói phải, bọn tôi gặp ma. Ma ngoài gò mả thì chưa thấy, thấy ma trong nhà thôi.

Buổi tối tắt đèn để ngủ thì căn nhà tối sầm như khi chưa có Chúa ra đời. Lúc đầu chúng tôi còn đốt những tờ giấy nhỏ để giữ chút ánh sáng, sau đó thì không còn gì để đốt nữa, chúng tôi đành nằm trong bóng tối nhìn con ma đen bao trùm cả căn nhà, tôi tưởng tượng con ma đen có thể vươn tay chụp lấy chúng tôi bất cứ lúc nào. Sợ hãi, chúng tôi cố nhắm thật chặt mắt để không nhìn thấy gì cả. Nhưng rồi cuối cùng chúng tôi cũng gặp ma. Đó là vào một đêm, chúng tôi đang say ngủ, bỗng nghe tiếng mẹ tôi la sau gò mả. Chúng tôi vùng dậy hợp sức với mẹ cùng la. Chị tôi hỏi: - "Me thấy ma hả me?" – "Không, me thấy một bóng người núp ở đây, chắc là ăn trộm". Vậy là cả năm mẹ con chúng tôi cùng la. "Ăn trộm! Ăn trộm! Bà con ơi! Cứu! Cứu!" Chúng tôi la mặc la. Nhà xa ruộng lớn, có ai nghe đâu mà đến tiếp cứu? Nhưng mà sức góp gió của một bà mẹ yếu đuối cùng mấy đứa con nít cũng làm cho kẻ trộm thương hại mà từ từ bỏ đi mất rồi!

Một bầy gà đã cúng cho đạo chích, một bầy heo cũng sắp sửa đi theo. Đó là năm 1954. Sau khi hiệp định Genève được ký kết, chúng tôi từ giã cái nhà ma tạm bợ, từ giã quê nghèo để trở vê quê ngoại, trở về ngôi nhà cổ, về mái nhà tuổi thơ, để chiều chiều chạy rông ngoài vườn với bao nhiêu hoa trái của xứ Huế thân yêu.

35. **Sóng Lưỡi Búa**

Ngồi trên bờ biển Santa Cruz nhìn những người lướt sóng trên tấm ván trượt nhấp nhô theo những đợt sóng khi chìm khi nổi khi ẩn khi hiện giữa những cơn sóng lớn sóng nhỏ ầm ào không ngừng rung động, lòng bỗng thấy xôn xao: một chút nhớ một chút quên một chút sợ. A đây rồi, những bờ biển tôi đã từng đi qua. Long Beach? Clear Water Beach? Monterey Beach? Nha Trang? Vũng Tàu? Bình Dương... Không. Biển Qui Nhơn biển Thuận An biển Đề Gi? Biển tôi nhớ biển tôi quên chính là chuyến đi biển dài ngày nguy hiểm của chị em tôi lúc tôi mười hai tuổi và em trai tôi tám tuổi cùng đi với ba tôi.

Đó là chuyến trở về quê ngoại từ ngôi nhà ma của chúng tôi ở An Nhơn.

Những ngày sôi động từ Nam chí Bắc đưa tin nước Việt Nam bị cắt đôi cuối cùng cũng vọng đến một nơi heo hút cuối trời đất của tỉnh Bình Định nơi chúng tôi đang ở. Ba tôi quyết định trở về Huế, em trai tôi và tôi đi cùng, mẹ và chị tôi ở lại lo bán đất bán nhà sẽ đi sau.

Từ An Nhơn đến cửa biển Qui Nhơn không xa, khoảng sáu cây số, chúng tôi đến đó đã có chiếc ghe bầu ba tôi thuê. Bước chân xuống chiếc ghe bồng bềnh nhìn biển rộng trời xa chúng tôi có cảm giác thích thích là lạ. Chiếc ghe nhỏ, khoang giữa có mái che, hai đầu khoang để trống. Em tôi và tôi nằm một bên khoang, bên kia phần ba tôi, thỉnh thoảng mấy người chèo ghe thay phiên vào ngồi nghỉ. Đêm tối họ ngủ ngay ngoài khoang ghe giữa trời nước mênh mông.

Lúc đầu ghe còn ở gần bờ sóng đưa nhè nhẹ, hai chị em tôi tranh nhau chơi trò tạt nước rồi nhìn mây nhìn trời.

Nhất là vào lúc bình minh. Mặt trời từ từ hiện ra phía bên kia biển, rực rỡ chưa từng thấy ở chân trời ngay trước mặt mình trong gang tấc, chèo ghe một lúc tôi nghĩ có thể chạm tới những sợi tơ vàng đang chuyển động không ngừng ở trước mặt. Cả bầu trời ngập tràn trong vùng ánh sáng kỳ diệu. Biển trời nước mênh mông bát ngát. Từ từ ghe ra xa bờ đi vào vùng thật sự là biển, những ngọn sóng lớn bắt đầu đập vào mạn ghe, chiếc ghe chao đảo, nước bắn tung ướt ghe. Chúng tôi bắt đầu sợ vội rút vào trong khoang. Mới qua ngày thứ hai chúng tôi đã thấy không còn sức chống chọi với sóng với nước nữa. Những cơn sóng không còn nhẹ nhàng vỗ vào mạn thuyền ru cho người ta ngon giấc. Những lúc trời chuyển mưa gió càng lớn sóng càng dữ thì những người đi biển lần đầu như cha con chúng tôi không sao kềm chế được mình. Cả con người của mình như muốn nhào lộn từ trong ra ngoài. Trong người mình có thứ gì đều bị lôi ra ngoài hết, người ta nói mửa tới mật xanh mật vàng, đúng vậy không sai. Chúng tôi nằm im nhắm mắt cố giữ bình tĩnh, nhưng không, sóng cứ vỗ ầm ầm nước tràn cả vào ghe tưởng như cả đại dương đang nổi loạn. Tôi choàng mở mắt thấy nước bủa vây cả bốn phía, mặt nước mép ghe không phân biệt ranh giới, chúng tôi ở giữa một vòm nước khổng lồ. Ghe sắp chìm rồi, kinh hoàng tôi hét lên:

- Ghe sắp chìm rồi! Sợ quá!

Chủ ghe ở ngoài khoang nói vọng vào:

- Sóng lưỡi búa đó, đừng sợ, nằm yên.

Sóng lưỡi búa! Sóng gì mà lạ quá, thật kinh hoàng. Cả một khối nước khổng lồ úp chụp phủ kín cả chiếc ghe nhỏ, không sợ sao được, không phải ghe sắp chìm hay sao?

Tiếng lưỡi búa nghe càng sợ hơn tưởng chừng như lưỡi búa của Thiên Lôi sắp đập nát cả chiếc ghe mỏng manh của mình. Không những thế nó như có pháp thuật lôi cả ruột gan phèo phổi của mình ra ngoài hay là tim gan bao tử của mình hợp sức với sóng chống lại mình đòi tự do, thật không sao cưỡng lại được. Chiếc ghe vật lộn với sóng biển chị em tôi vật lộn với cơ thể của mình. Thật là một cuộc chiến ác liệt cho những người đi biển. Nhưng rồi chiếc ghe cũng cật lực vất vả ra khỏi đường hầm nước mù mịt đáng sợ đó như chiếc xe ra khỏi đường hầm mờ tối ở đèo Hải Vân. Rồi ghe tiếp tục lướt sóng. Chúng tôi đờ đẫn nằm trong khoang giữa những lúc thần biển nghỉ ngơi lấy sức, nguôi cơn giận.

Không biết bao nhiêu ngày như thế đã trôi qua. Mất cả ý thức về thời gian vì cuộc chiến với biển, chiếc ghe nhỏ nhoi mỏng như chiến lá nhỏ giữa trời nước vô tận, đường chân trời cũng thấy mờ ảo sương khói mỗi lúc một lùi xa, thỉnh thoảng đi ngang qua một bến cảng nào đó mới thấy một số ghe thuyền nhỏ như ghe chúng tôi đang lướt sóng ra khơi. Ba tôi nói đó là thuyền đánh cá. Họ thật gan dạ. Nhìn chiếc ghe của họ từ xa trông như những chú chim đang đùa giỡn trên biển, nhiều khi tưởng như những chú chim hải âu con mới lần đầu tập bay. Chú chim nhỏ nhấp nhô lên cao xuống thấp, khi ẩn khi hiện có khi mất hút giữa cơn sóng lớn nhưng rồi lại hiện ra. Cuộc đua tài đua sức tiếp diễn. Một cuộc vui chơi hay một cuộc vật lộn đấu tranh sinh tồn? Họ đi tìm hạnh phúc cho gia đình nhưng cũng lắm rủi ro thảm họa chết người bỏ xác giữa lòng biển sâu. Sinh nghề tử nghiệp. Câu nói này mọi người vẫn thường nhắc đến. Một cách chấp nhận số phận buồn!

Vào một buổi xế trưa ghe của chúng tôi cập bến. Ba tôi hồ hởi gọi:

- Các con mau dậy. Mình đến nơi rồi.

Chúng tôi còn chưa mở rõ mắt, ba tôi giục:

- Mình đến Huế rồi. Đây là cửa biển Thuận An.

Chữ Huế có một sức mạnh. Chúng tôi mở bừng mắt theo ba tôi liêu xiêu ra khỏi ghe rồi lên bãi cát, chị em tôi ngã nhào trên cát, đầu óc quay tròn, không còn đất đứng không còn phương hướng, không biết đâu là trời đâu là đất. Trời đất chỉ là một vòng quay như cuộn nút thắt của vua Gordias thách thức Alexander Đại Đế. Một lúc sau ba tôi nói:

- Mình vô quán ăn chút gì rồi về nhà bà ngoại con.

Chúng tôi lảo đảo đi theo ba. Khi ba tôi mở cánh cửa bước vô tôi vội chạy đến trước hăng hái nói:

- Me ơi me. Con mang ghẹ về cho me nè.

Em tôi cũng tìm quanh rồi hỏi:

- Ủa giỏ ghẹ của em đâu rồi? Sao không thấy?

Ba tôi đập tay vào vai tôi bảo:

- Đây là quán ăn ở cửa Thuận An, các con tỉnh lại đi.

Nhưng chúng tôi cứ mơ màng tưởng như mình đang ở cửa biển Đề Gi bắt ghẹ đem về cho mẹ. Cho đến khi nhìn thấy dĩa cơm trắng và tô canh bốc khói trước mặt chúng tôi mới tỉnh hẳn cơn say. Mấy ngày rồi, có thể là năm ngày hay bảy ngày? Một tuần hay hai tuần? Thời gian đánh vật với sóng biển không được ăn cơm nóng canh sốt. Từ cửa biển

Qui Nhơn, nằm về phía nam tỉnh Bình Định, ra đến cửa biển Thuận An, chúng tôi phải đi ra khỏi tỉnh Bình Định, qua tỉnh Quảng Ngãi, qua tỉnh Quảng Nam rồi vào địa phận tỉnh Thừa Thiên. Thành phố Huế ở phía bắc tỉnh Thừa Thiên gần giáp ranh tỉnh Quảng Trị. Tính ra chúng tôi đã đi gần một phần ba con đường trên biển, mà ngày xưa công chúa Huyền Trân đã từ giã kinh đô Đồ Bàn của Chế Mân lênh đênh trên đường về cùng với Trần Khắc Chân, gần một năm trời mới đến kinh đô Thăng Long. Bữa cơm hôm nay coi như một bữa tiệc linh đình kết thúc một quãng đời đã trôi qua để bắt đầu lại một cuộc đời hoàn toàn khác, hay là để nối tiếp một khúc phim dở dang trong dĩ vãng, của một quãng đời đã bị đứt đoạn, như tỉnh khỏi một giấc ngủ quên như nàng công chúa ngủ trong rừng.

Từ cửa biển Thuận An đi về thành phố Huế chúng tôi đi bằng cách nào nhỉ? Quãng đường đó đã chìm vào lãng quên. Nhưng tôi còn nhớ rõ, khi đến chợ Đông Ba, chúng tôi xuống xe đi bộ qua cầu Gia Hội. Bên kia cầu có một dãy quán ăn, ba tôi dẫn chúng tôi vào quán uống nước. Một cuộc nghỉ chân cuối cùng trước khi về nhà bà ngoại tôi.

Đi dọc theo đường Chi Lăng đến bến Chùa Bà, đường Chùa Bà ở trước mặt. Ngôi nhà vườn đầu tiên bên trái là nhà ông Đốc Sanh có lối vào nhà sâu hun hút như nhà ông ngoại tôi, đi đến một lúc nữa bên mặt là nhà ông Ngự, có họ hàng với ông ngoại tôi, thỉnh thoảng chị em tôi cũng có đến đó chơi cùng với các dì các cậu. Và mỗi lần đến đó tôi lại nghe văng vẳng câu hò và tự hỏi có phải ông Ngự chiều nào cũng đi câu như vậy không?

Chiều chiều ông Ngự đi câu
Cái ve cái chén cái bầu sau lưng.

Nhà bà ngoại tôi nằm gần cuối đường bên cạnh ao nước nhỏ xanh xanh vài đám bèo có hoa màu tím. Ngôi nhà cổ số 11 Đường Chùa Bà Huế, đó là nhà của ông bà ngoại tôi. Tôi đã trở về, hăm hở tiếp tục vai diễn trong vở kịch dòng đời chưa đến hồi kết thúc.

36. Mẹ

Đố ai đếm được lá rừng?
Đố ai đếm được mấy từng trời cao?
Đố ai đếm được trời sao?
Đố ai đếm được công lao mẹ già?

Cao dao

Lang thang ở quê nội, lang thang ở chốn đồng quê như áng mây chiều khi tan khi hợp, chúng tôi sống kiếp giang hồ phiêu bạt đã qua sáu năm. Sáu năm là thời gian dài hay ngắn? Đời sống phiêu bạt khổ hay vui? Đối với những đứa trẻ chưa đầy mười tuổi thì cuộc sống được ở bên cạnh mẹ thì không cần phải đặt câu hỏi, không cần phải lựa chọn, chúng tôi không một lần nuối tiếc những ngày tháng vàng son khi còn ở với gia đình Ông Bà Ngoại tôi trước đây.

Trong thế giới tuổi thơ của chúng tôi, mẹ tôi là người canh cửa, mẹ đã mở cho chúng tôi những cánh cửa êm ấm, cánh cửa bình yên, cánh cửa hạnh phúc, cánh cửa dẫn đến những ước vọng cao đẹp cao quý và chúng tôi cứ rong ruổi trong vòng tay yêu thương của mẹ. Mẹ đã mạo hiểm dẫn chúng tôi đi trên một con đường đầy gian nan thử thách, ở đó mẹ đã chịu đựng một cuộc sống với bao nhiêu nhọc nhằn vất vả, dầm mưa dãi nắng, tất tả ngược xuôi, đội nắng đạp gai, đói rét khổ cực, không một câu phàn nàn, không một lời oán than, không than thân trách phận, không oán trời trách đất; mẹ chấp nhận cuộc sống với ý hướng vươn cao, nuôi con khôn lớn nên người, học hành thành đạt để sau này phục vụ đất nước muôn dấu ngàn yêu. Câu thơ sau đây, tôi thấy trên mạng, cực tả được nỗi vất vả và vẻ đẹp cao quý trong tâm hồn của mẹ tôi, cũng như của những bà mẹ quanh tôi; như mẹ của Thánh Gióng quanh năm gánh nước tưới cà nuôi đứa con ba tuổi vẫn còn nằm trong nôi nhưng cuối cùng đã trở thành một vị Thánh.

Mẹ đi gánh nước ban mai
Gánh hai ngọn núi với hai mặt trời.
(Không thấy tên tác giả)

Từ một cô gái yếu đuối chỉ biết sống bên trong cổng kín tường cao, mẹ đã trở thành một người mẹ đầy ý chí và nghị lực. Cuộc sống của mẹ trong thời gian qua đúc kết lại thành một bản hòa ca về tình mẹ tình người tình yêu cuộc sống, tình quê hương đất nước. Mẹ đã tự mình lựa chọn một cuộc sống có ý nghĩa thích đáng để làm một con người với đầy đủ tính cách cao đẹp, tự mình đứng thẳng giữa cuộc sống đầy khó khăn bất trắc, như một nốt nhạc vút cao giữa những vần thơ mẹ thường ngâm cho chúng tôi nghe.

Hòa mình vào cuộc sống như một bông hoa nở dưới ánh mặt trời, mẹ vươn rộng cánh và tỏa hương. Hương thơm từ trái tim đầy tình nhân ái của mẹ đã nối kết mẹ, gia đình mẹ với con người và cuộc sống một cách hài hòa thân thiện làm cho khung trời quê nội vẫn mãi mãi in vẻ đẹp lung linh trong sáng trong tâm tưởng của chị em chúng tôi.

Tranh Acrylic No 1 - Hoàng Thạch Luân 2021

NƯỚC

37. **Khóc Tăng Bạt Hổ**

(Nhân đọc lại câu chuyện lịch sử về vị anh hùng dân tộc Tăng Bạt Hổ)

Trời đất bỡn cợt anh hùng sao?
Mười tám tuổi đã tỏ mặt anh hào
Đất nước đổ máu đào
Anh hùng tuôn đổ lệ.

Ai bạt hổ đến khóc ở Xiêm?
Ai khóc ở Trung quốc?
Lại khóc ở Nga?
Ai đùng đùng đến Đông Kinh mà khóc lớn?
Giữa buổi đại yến mừng thắng trận
Rượu sake chưa say
Ai đã say vì tình Tổ Quốc?
Giữa đất Phù Tang
Làm rạng danh nòi giống da vàng.

Tạo hoá đố kỵ tài năng sao?
Sao đã để cơn gió Đông Du ào ạt thổi
Lại để cho cơn gió Thu cuốn dòng lệ tuôn trào?
Giữa dòng Hương Giang
Một chiếc thuyền nan
Nát tan gan vàng
Hồn thiêng còn lưu luyến đất Thần Kinh!

Sài Gòn, 2002

38. **Giấc Mơ Của Bờm**

Vừa sinh ra đời, Bờm đã trắng trẻo bụ bẫm trông rất đáng yêu. Mọi người ai cũng thích nhìn Bờm. Bờm lớn lên từng ngày, càng lớn trông Bờm càng ngộ nghĩnh. Mọi người cưng Bờm như cưng cái trứng nhỏ, cái lá non, cánh hoa mỏng manh dễ vỡ dễ nát dễ thương tổn. Bờm cứ thế hưởng mọi sự vui vẻ sung sướng, ai cũng nói Bờm lớn nhanh như thổi, như Thánh Gióng lúc chuẩn bị ra trận đánh giặc cứu nước.

Nhà Bờm có một khu vườn rộng, những hôm trời nắng nóng, mẹ dẫn Bờm ra vườn hóng gió mát. Cạnh giếng là một khu vườn cây trái, cây dừa cây xoài cây mít cây ổi, bụi mía, xa hơn là mấy cây hoa gạo nở đỏ mỗi mùa hè, kia là mấy cây cau. Thấy con mèo mướp đang trèo lên trụt xuống bên gốc cau, Bờm ta thích chí vỗ tay reo:

Con mèo trèo lên cây cau,
Hỏi thăm chú chuột đi đâu vắng nhà...

Ca dao

Một cơn gió thổi qua, một tàu cau rơi xuống trúng con mèo, con mèo sợ hãi kêu meo meo rồi cong đuôi chạy mất bóng.

Bờm chạy lại lượm tàu cau. Mẹ đặt Bờm ngồi lên mo cau, cha nắm mấy lá cau kéo Bờm đi quanh giếng. Bờm hai tay níu tàu cau như nắm lấy cương ngựa, vừa nhún nhảy vừa hét:

- Nhong nhong nhong ngựa ông đã về. Cha ơi, chạy nhanh lên cha.

Cha Bờm cười nói:

- Cha mày, cỡi ngựa tàu cau sướng chưa con?

Trò chơi này, vào những chiều hè mát mẻ hoặc những đêm trăng sáng trời trong, bọn con nít trong xóm họp nhau lại, cứ hai đứa một, chúng thay phiên nhau kéo đi quanh sân thì cũng vui giống như ngày hội của người lớn ở đình làng.

Gió về hiu hiu mát thổi, Bờm buồn ngủ rồi, đi ngủ thôi.

Một hôm nhân một lúc xong việc, mẹ lấy một tàu cau cắt thành hình chữ nhật, rồi hoa tay đo, Bờm chạy đến ngồi bên mẹ hỏi:

- Mẹ làm đồ chơi cho con hả mẹ? Mẹ làm đồ chơi hình học hả mẹ?

Mẹ đưa tay cú đầu Bờm, cha cũng hay cú đầu Bờm như thế, Bờm giả vờ khóc ư ử, mẹ nói: "Mẹ cú yêu mà con. Mẹ làm cho con cái quạt."

Đầu tiên mẹ chia mo cau ra làm hai phần không bằng nhau. Phần nhỏ là một hình chữ nhật nằm ngang, mẹ cắt tỉa cho thành cái tay cầm, hơi xòe ra ở phần đuôi cho điệu nghệ. Phần còn lại mẹ vanh tròn bốn góc. Thế là bờm có cái quạt. Bờm cầm lấy quạt, quạt một cái. Ôi chao! Mát như hưởng được cơn gió thổi từ vườn Địa Đàng của ông A Đam và bà Ê Và.

Cao hứng Bờm cầm quạt chạy ra đường, bọn trẻ xúm lại ríu ra ríu rít.

Bọn trẻ đang chơi, mồ hôi bụi bẩn đầy mình, chúng lấy tay quẹt ngang một cái, mặt trông có vằn có vện như con mèo ngao. Bờm quạt cho mỗi đứa một cái, đứa nào cũng nhao nhao:

- Bờm quạt cho tao với. Bờm cho mượn cái quạt.

Bờm giấu cái quạt sau lưng rồi bỏ đi. Gặp bác Bảy đang lùa bò về chuồng, bác Bảy nói:

- Bờm đổi cho bác cái quạt, bác cho cháu con bò nghé này.

Bờm lắc đầu lia lịa, Gặp chú Chín đi câu về, mồ hôi nhễ nhại, Bờm quạt cho chú vài cái. Chú Chín kêu:

- Bờm có cái quạt tốt quá, đổi cho chú, chú cho cháu cả giỏ cá đầy.

Bờm chạy quanh ông Chín, quạt cho ông khô mồ hôi rồi chạy ù về nhà tìm mẹ, Bờm kể cho mẹ nghe. Mẹ bờm vừa cười vừa ngâm:

Thằng Bờm có cái quạt mo,
Phú ông xin đổi ba bò chín trâu.
Bờm rằng bờm chẳng lấy trâu.
Phú ông xin đổi một xâu cá mè...

Chú Bảy là em của cha. Chú là thầy giáo dạy học trên tỉnh, cuối tuần chú mới về nhà. Bờm thích nhất là những ngày cuối tuần có chú Bảy. Bờm đánh đu theo chú đòi chú kể chuyện. Những đêm trăng sáng chú Bảy hay ra ngồi ở đầu hè, bọn trẻ con tụ lại chờ đợi. Đầu tiên chú gọi Bờm và hỏi:

- Bờm, nói chú nghe, mình là người gì? Nước mình là nước gì?

Bờm cười hích hích như bị sặc nước:

- Hích Hích. Chú hỏi con hả? Ai mà chẳng biết mình là người Việt... hư hư... Bờm liếc thấy chú Bảy đưa nắm đấm lên cao nên vội vàng đổi giọng... Con biết rồi! Con biết rồi! Mình là người Việt Nam, nước mình là nước Việt Nam.

Chú Bảy gằn giọng:

- Gọi là người Việt Nam nước Việt Nam là đã bị mắc một quai rồi đấy con ạ. Tự gọi là nước Việt người Việt là bán nước cho bọn Tàu luôn biết không? Nước mình là Đại Cồ Việt, là Đại Việt, Đại Nam biết chưa? Không dính dáng gì đến Bách Việt Cổ Việt bên Tàu hết. Chỉ vì vua Gia Long thất thế nên phải chịu nhận cái tên Việt Nam của bọn Khang Hy nhà Thanh bên Tàu. Nhưng vua Minh Mạng đã đổi quốc hiệu là Đại Nam rồi và dùng cho đến đời vua Bảo Đại. Tại sao năm 1945 lấy lại cái tên Việt Nam không biết?

Bờm há miệng như bị mắc quai quên mất cái tài liến thoắng của mình. Chú Bảy không biết, Bờm biết hỏi ai?

Chú Bảy ngồi trầm ngâm một lúc lâu rồi chú nói tiếp, lần này chú đọc một câu ca dao:

Đường vô xứ Huế quanh quanh
Non xanh nước biếc như tranh họa đồ.

- Các cháu thấy không? Đất nước mình rất đẹp. Núi non trùng điệp, đồng ruộng ao hồ, cây xanh hoa nở, còn những dòng sông...

Bọn trẻ nôn nóng hỏi:

- Những dòng sông làm sao hả chú? Những dòng sông có nhiều con rồng vàng hả chú?

- Ngốc ạ. Sông núi nước mình nổi tiếng vừa đẹp vừa anh hùng. Sông Hương ở Huế vừa đẹp vừa thơm, sông Vàm Cỏ hiền hòa, sông Thanh Giang nước trong như tấm gương khổng lồ. Nhưng nổi tiếng nhất là con sông Bạch Đằng, sông Như Nguyệt, sông Hát, những con sông anh hùng...

Chú Bảy lại im lặng trầm ngâm, mắt nhìn xa xăm như dõi vào vùng không thời gian huyền thoại, cố tìm lại lịch sử xa xưa của đất nước. Đột nhiên chú cất tiếng hát:

Đây Bạch Đằng Giang sông hùng dũng của nòi giống Tiên Rồng,
Giống Lạc Hồng, giống anh hùng Nam Bắc Trung.

Bờm và các bạn cao hứng vừa nhảy vừa hát theo:

Trên trời xanh muôn sắc đua chen bóng ô,
Dưới đáy dòng nước ánh sáng vẩn vơ nhấp nhô...

- Ở con sông Bạch Đằng ở phía Bắc, nằm gần biên giới nước Tàu nên bọn Tàu thường dẫn quân vào nước ta, đóng quân bên bờ bắc tìm cách vượt sông để vào sâu trong địa phận nước ta, cướp nước ta. Hoặc chúng đi đường biển vào cửa sông Bạch Đằng tiến vào nước ta thực hiện âm mưu cướp nước.

Suốt thời kỳ chúng ta lập quốc cho đến ngày nay, bọn Tàu chưa bao giờ bỏ âm mưu sâu độc gian xảo ấy. Trải qua một ngàn năm Bắc thuộc, Hai Bà Trưng rồi Bà Triệu đánh đuổi được bọn chúng rồi lại thua. Đến năm 938 có Ngô Quyền "*khôi ngô, mắt sáng như chớp, dáng đi như hổ, có trí dũng, sức có thể nâng được vạc"(1)* anh dũng thiện chiến, lập mưu dàn trận, tập kích quyết chiến trên sông Bạch Đằng mới đuổi được bọn Nam Hán, giành lại độc lập tự chủ cho đất nước ta.

Khi bọn Tàu đem quân sang, lợi dụng thủy triều lên xuống, Ngô Quyền sai chặt gỗ lim, đóng cọc nhọn xuống dòng sông rồi dụ quân địch đến đó, đợi khi thủy triều xuống mới đổ ra tập kích. Quân Nam Hán "*nhìn thấy quân của Ngô Quyền chỉ có thuyền nhẹ, quân ít tưởng có thể ăn tươi nuốt sống được liền hùng hổ tiến vào... Ngô Quyền ra lịnh cho quân bỏ chạy lên thượng lưu, đợi khi thủy triều xuống mới đổ ra đánh.(2)*

Lúc đó, thủy triều xuống thấp, thuyền giặc mắc cọc, quẫy đạp như những con nòng nọc đứt đuôi. Quân Ngô Quyền đổ ra tấn công dữ dội, tướng Tàu Lưu Hoằng Tháo bỏ mạng cùng với hơn một nửa quân sĩ. Đó là trận đánh của Ngô Quyền trên sông Bạch Đằng. Sau này còn trận đánh của Lý Thường Kiệt trên sông Như Nguyệt. Đời nhà Trần, Trần Hưng Đạo lại một trận quyết chiến trên sông Bạch Đằng với quân Nguyên Mông...

Bọn trẻ yên lặng sững sờ ngồi nghe. Chú Bảy ngừng nói rồi mà bọn trẻ vẫn bất động như đang còn trôi dạt mãi vào những bãi chiến trường đầy xác quân thù trên những dòng sông anh hùng. Khi nghe chú Bảy lớn tiếng hô "Quân ta toàn thắng rồi!" thì chúng bừng tỉnh, nhào xuống đất nhảy múa tưng bừng. "Quân ta thắng lớn rồi!" Thằng Tý thằng Tèo chơi trò đô vật, con Lan con Huệ con Hồng thì đứng vỗ tay cười ngả nghiêng, nghiêng trời nghiêng đất nghiêng cả mái nhà tranh, nghiêng cả cây cau cây dừa bên giếng nước. Bọn trẻ vừa reo hò vừa hát theo chú Bảy:

Đây Bạch Đằng Giang sông hùng dũng của nòi giống Tiên Rồng
Giống Lạc Hồng, giống anh hùng Nam Bắc Trung.
Trên trời xanh muôn sắc đua chen bóng ô,
Dưới đáy dòng nước ánh sáng vẩn vơ nhấp nhô...

Kìa quân Ngô Tiên Chúa chém giết quân Tàu man

Kìa quân Trần Quốc Tuấn đánh thắng quân Thoát Hoan...

Những trận đánh trên sông Bạch Đằng sông Như Nguyệt, hình ảnh Ngô Quyền mắt sáng như sao, Lý Thường Kiệt tài ba xuất chúng, Trần Hưng Đạo oai nghi dũng mãnh theo bọn trẻ đi vào giấc ngủ, và tiếng hát Bạch Đằng Giang vẫn còn âm vang mãi trong đêm khuya.

Sông Bạch Đằng, dòng sông nhiều lần đập tan tham vọng của Tàu, nhưng bài học thất bại này vì tâm trí tham tàn mờ mịt chúng học nhiều lần vẫn chưa thuộc. Nhiều ngày trôi qua rồi mà Bờm vẫn không sao quên được những câu chuyện do chú Bảy kể. Trước mắt Bờm, trong đầu Bờm, hình ảnh những dòng sông, những trận đánh, tiếng gió rít tiếng gươm khua, tiếng quân sĩ reo hò, tiếng quân giặc gào rú như thú dữ cùng đường... vẫn còn khua động không dứt. Bờm ray rứt mãi không yên.

Vào một chiều thu trời trong gió nhẹ, Bờm cầm quạt ra bờ ao. Bên cạnh bờ ao cha Bờm có trồng hai cây khế, một cây khế chua và một cây khế ngọt. Cây khế chua phần mẹ hái nấu canh, cây ngọt phần Bờm giải khát mỗi ngày. Bờm nhìn xống hồ, mặt nước êm không gợn sóng, bỗng thấy một chùm khế chín vàng long lanh dưới nước. Lạ chưa kìa? Bờm ngước nhìn lên cây, sao không thấy gì thế nhỉ? Bờm ta tức mình vội trèo lên cây. Thì ra nó ở đây, nằm khuất sau một chùm lá xanh um tùm như trêu cợt thách thức, Bờm với tay bẻ mạnh một cái, ùm, cành cây gãy, Bờm rơi tòm xuống nước. Bờm sặc sụa muốn kêu cứu mà không sao kêu được.

Bờm nghĩ, phen này chết chắc rồi đời Bờm. Bỗng một bàn tay đưa ra nắm lấy Bờm, kéo Bờm đi. Bờm cố mở mắt nhìn kỹ, thì ra là Tấm. Bờm ngạc nhiên hỏi:

- Chị Tấm hả chị Tấm? Sao chị còn ở đây? Trông chị trắng da dài tóc, chị ngồi trong lu rồi đổ nước sôi vô hả?

Tấm cười rất tươi:

- Em tưởng chị ngu sao? Chị không ngu như thế đâu. Bây giờ chị là Cô Tiên rồi. Chị đang ở với Hải Thượng Lãn Ông, chị đang học nghề thuốc để đi chữa bịnh cứu người. Bây giờ chị dẫn em đi gặp Long Quân.

Tấm kéo Bờm đi veo veo dưới nước. Ra khỏi ao hồ, ra sông Lô sông Đuống, vượt dòng sông Nhị Hà rồi ra biển. Sông nước ao hồ chỗ nào cũng đẹp. Biển Thái Bình Dương mênh mông lặn sóng, êm như một chiếc nôi khổng lồ. Nước xanh một màu thiên thanh.

Nước biển trong veo, cá tôm bơi lội từng đàn. Xa tít đằng xa ngoài quần đảo Trường Sa, Hoàng Sa xa thật xa, Bờm thấy có con cá mập đang nằm ngủ, nhìn thấy Pinochio đang chờ cơ hội thoát thân, Bờm kêu lớn:

- Pinochio!

Tấm bảo:

- Khi trở về chị sẽ để cho em chơi với Pinochio một lúc.

Bờm theo Tấm bơi càng xa càng mờ mịt, bơi một lúc lâu, trước mặt thấy hiện ra lâu đài tráng lệ nguy nga. Cung vàng điện ngọc sáng chói. Cây vàng lá ngọc, hoa kim cương, gió rung nhẹ điệu nhạc thần kỳ, hương thơm thoang thoảng thanh khiết. Một người kỳ dị ngồi trên ngai ngọc phát hào quang. Vừa nhìn thấy Bờm, người ấy đã hỏi:

- Bé con, ngươi là con nhà ai? Ngươi mắt sáng trán cao có phải dòng Lý Công Uẩn không? Ngươi khôi ngô lém lỉnh hẳn là con cháu nhà Lê Quý Đôn rồi.

Tiếng người kỳ dị vang động như sấm nổ, sóng biển chao nghiêng lệch trời ầm ầm lay động như cơn bão Catrina sắp úp chụp xuống cả một vùng trời nước bao la bất tận. Bờm kinh hãi ngồi im thin thít nhưng khi nghe nói đến tật xấu của mình thì Bờm ta tức khí đứng phắt dậy hỏi:

- Thưa ông, ông là ai mà biết hết sử sách nước con?

- Ta là Long Quân, tổ tông dòng giống nhà ngươi đây.

Vừa nghe Long Quân xưng là ông Tổ, Bờm bật khóc lớn:

- Cụ Tổ ơi cụ Tổ ơi, mau về mà cứu nước, bọn giặc sắp cướp nước của cụ rồi, hu hu hu.

Long Quân đập bàn quát:

- Nhà ngươi là con trai, lớn lên phải lo đánh giặc cứu nước, sao lại khóc nhè nhè như thế?

- Cụ Tổ ơi Cụ Tổ ơi, con mới bảy tuổi mà Cụ bắt con đi cứu nước sao được? Cụ Trần Quốc Toản mười lăm tuổi xin đi cứu nước mà cụ Trần Hưng Đạo còn không cho đi.

- Ai bảo đi đánh giặc bằng nắm đấm, đồ ngốc. Thời đại thay đổi rồi, kỹ thuật thay đổi, phương thức thay đổi, ý tưởng thay đổi rồi, mưu lược kế sách thay đổi rồi. Phải đánh giặc bằng nhiều cách, bằng chiến thuật lâu dài, bằng kinh tế, chính trị văn hóa ngoại giao, phải đánh giặc bằng phương trình lý luận mờ, bằng phương trình nhiều ẩn số, phải đáng giặc từ khi giặc chưa ra sách lược... Phải đánh giặc bằng cái đầu, cháu chắt chút chít ạ.

Bờm rờ lên đầu mình rồi hỏi:

- Làm sao mà đánh giặc bằng cái đầu hở cụ Tổ?

- Ngươi về bảo chúng tìm trong số những tướng tá, những nhà lãnh đạo, những người yêu nước, những người thực sự có tâm huyết muốn gìn giữ non sông đất nước, người nào nói được một câu như Trần Hưng Đạo đời Nhà Trần, hoặc cả dân tộc phải thực thi di huấn của vua Lê Thánh Tông thì mới đánh đuổi được giặc giữ yên bờ cõi đất nước.

Năm 1287 đời Trần Nhân Tông, khi nghe tin Thoát Hoan chuẩn bị đem quân sang cướp nước ta lần nữa, nhà vua hỏi Hưng Đạo Vương:

- Giặc tới liệu tình hình thế nào?

Hưng Đạo Vương trả lời:

- Năm nay đánh giặc nhàn.(3)

Đến đời Vua Lê Thánh Tông, khi nhà vua nghe tin có những kẻ từ phương bắc muốn tràn qua biên giới nước ta, nhà vua phán:

"*Một thước núi một tấc sông của ta lẽ nào lại nên vứt bỏ? Ngươi phải nên tranh biện chớ cho họ lấn dần... Nếu ngươi dám đem một thước đất của Thái Tổ làm mồi cho giặc, tội phải tru di*". *(4)*

- Đó, ngươi nghe chưa?

- Cụ Tổ ơi cụ Tổ, vậy cho con đi gặp cụ Trần Hưng Đạo có được không?

Long Quân vươn cánh tay dài ra tính cú đầu Bờm, Bờm vội tránh qua một bên thì đụng phải cây cột đình to như cây đa trên cung trăng. Giật mình thức giấc, Bờm ngơ ngác nhìn. Thì ra cha Bờm đang nắm tóc Bờm giật giật đánh thức Bờm dậy đi học.

Bờm dụi mắt dụi mặt dụi mắt, nhìn quanh nhìn quanh nhìn quanh. Không thấy đền vàng điện ngọc đâu cả, không thấy Long Quân, không thấy chị Tấm cả cây vàng lá ngọc hoa kim cương gió thổi rung rinh rì rào leng keng cũng không thấy, mà chỉ thấy ngôi nhà tranh vách đất trần trụi xác xơ rách nát. Bờm dậm chân thình thình thình bù lu bù loa khóc:

- Hu hu hu, bắt đền cha, ai bảo cha thức con dậy, con sắp đi gặp cụ Trần Hưng Đạo với Long Quân mà cha thức con dậy, bây giờ hết rồi, hết thật rồi. Con bắt đền cha. Hu hu hu... Cụ Tổ ơi cụ Tổ ơi, mau mau về cứu nước, con không đi gặp cụ Trần Hưng Đạo được. Con phải đi học. Cha con nói bây giờ đánh giặc khác xưa rồi. Không thể cắm chông dưới sông mà đuổi được giặc, không phải đợi thủy triều lên thủy triều xuống mà đuổi được giặc. Con phải đi học. Học thật giỏi. Đi ra khỏi cái làng của con, nước của con, gặp nhiều người, học nhiều trường lớp, đọc thật nhiều sách, liên kết thật nhiều người… thì mới mong châu chấu đánh đổ được xe, con rùa thắng con thỏ, đánh được thằng giặc mạnh hơn mình gấp mười lăm lần. Hu hu hu…

Cụ Tổ mau mau về cứu nước, cứu cháu chắt chút chít của Cụ.

San Jose, 2018

Chú Thích: (1) (2) (3) (4): Đại Việt Sử Ký Toàn Thư - Ngô Sĩ Liên.

39. **Quê Hương Ngày Về**

Sau ngày Black Friday, cả nước Mỹ như bị cuốn vào một làn sóng sôi động.

Thiên hạ ào ào đổ xô đi mua sắm. Mùa bán sale, mùa mua sắm đây mà. Các siêu thị các cửa hàng, các tiệm bán đồ như bừng tỉnh, rực rỡ đủ sắc màu âm thanh đường nét. Cả bầu trời như ra sức làm duyên làm dáng để cuốn hút con người vào vòng quay của những ngày lễ sắp đến.

Những ngày lễ sắp đến! Tôi nghe nói cũng cảm thấy cõi lòng nao nao.

Một ngày không đẹp trời nhưng tôi cũng cao hứng muốn làm đẹp cho mái tóc của mình.

Tôi vào một tiệm làm tóc ở khu phố Nhật. Hai cô gái Việt Nam làm chủ ở đó. Cô Phương nhu mì làm tóc cho tôi. Phương dịu dàng, khuôn mặt rất hiền, giọng nói chậm và đều. Sau vài phút xã giao, chúng tôi dễ dàng thân thiện vì là người cùng dòng giống Rồng Tiên. Quê Phương ở Tiền Giang cách thành phố Sài Gòn không xa, nhưng ruộng đồng mênh mông ngập nước, những con đường đất ruộng ngoằn ngoèo, những cầu tre cheo leo lơ lửng đã làm cho cuộc sống miền sông nước khác hẳn lối sống ở thành thị. Thấy tôi thích nghe chuyện về đồng bằng sông Cửu Long, Phương hào hứng kể đủ thứ chuyện.

- Con sắp về thăm nhà. Tháng Ba mới về mà bây giờ con đã thấy nôn nao rồi. Con qua đây tám năm rồi, con sinh năm 1978, thỉnh thoảng con về thăm nhà.

- Cô biết không? Cha mẹ con bây giờ già rồi nên không làm ruộng nữa. Chỉ ngày ngày hái trái cây trong vườn đem ra chợ bán mà thôi. Mẹ con lúc trước bỏ vô hai cái thúng gánh hai đầu, cô biết gánh không. (Tôi nói biết chớ, biết chớ, lúc nhỏ tôi cũng có đi gánh nước). Bây giờ mẹ con biết đi xe đạp. Móc hai giỏ trái cây hai bên xe đạp, mẹ con đạp xe đi bán… Lúc trước cha con hay nói tấc đất tấc vàng, lúc đó thấy vàng quý quá trời, còn ruộng nhà con cũng quá trời mà có thấy vàng đâu. Bây giờ mới thấy ổng nói đúng. Ờ, con nhớ lúc nhỏ tụi con đi học, ba tháng hè phải mua lát về đan giỏ đem bán lấy tiền vô năm học mua sách vở, cha mẹ chỉ lo cho ăn và áo quần mặc chứ không có nhiều tiền. Lúc đó những ngày không đi học tụi con phải ra đồng cấy mạ, nhổ cỏ, gặt lúa. Gặp mùa khô, lúa chín, bụi bay mù trời tụi con phải lấy khăn che mặt. Ờ mà lúc bấy giờ vừa gặt lúa vừa bắt tôm cá, đi gặt về là có cả giỏ tôm cá đủ ăn cả ngày. À cô biết không? Cá lóc đẻ con bơi cả bầy, thấy bầy cá lóc là biết có con cá cha trốn ở đó…

Tôi bỗng kêu lên mà thấy tiếc như vừa mất cả mâm vàng:

- Thật vậy sao? Trời ơi, vậy mà tôi không biết. Tôi đã từng thấy cả bầy cá con bơi ngoài ruộng và tôi đã từng lấy rổ vớt nó lên… Ôi trời vậy mà không biết để bắt con cá mẹ.

- Không không, con cá cha, con cá mẹ đẻ xong là bỏ đi liền, chỉ có con cá cha ở đó để canh bầy con thôi.

Tôi cảm thấy mắt mình cay cay. Chao ôi, tình cha con của bầy cá đã đánh đổi sinh mạng của cá cha tội nghiệp. Phương nói: "Người ta biết vậy nên bắt con vịt nhỏ, cột mấy lưỡi câu và mấy con tép nhỏ ở chân rồi thả con vịt trên mặt nước, cá cha trong hang nổi lên đớp mồi và mắc câu. (Rồi Phương cũng chép miệng nghe đau buồn). Tội nghiệp bầy cá con không ai chăm sóc… Con bỏ thuốc xong rồi, cô vô đây con gội đầu cho cô.

Tôi nằm dài trên chiếc ghế gội đầu, nghe nước chảy róc rách, tiếng Phương kể càng lúc càng sôi nổi, khác với lúc đầu. Phương đang ngược dòng thời gian về dự cuộc sum họp gia đình tuổi thơ.

- Cha con xay lúa rồi giã gạo. Mẹ con lấy sàng sàng gạo. Hạt gạo trên sàng để nấu cơm, gạo nhỏ dưới sàng mẹ con xay bột làm bánh. Mẹ con lấy vải mùng cũ, cột túm bốn góc lại, lấy bột bánh trét dính lên. Mẹ con làm năm cái như vậy, mấy chị em con đem ra bờ ruộng cột vào gốc lúa, khoảng vài giờ sau ra thấy đầy cả tôm tép trong đó, đem vô đủ nấu canh chua ăn cả nhà.

Tôi vội hỏi:

- Cuộc sống như vậy kéo dài cho đến bao lâu? Hiện nay còn không?

- Tụi con vẫn sống như vậy rất lâu, nay thì không còn nữa vì người ta dùng nhiều phân bón hóa học nên tôm cá chết hết.

Tôi xuýt xoa:

- Cuộc sống thật là thần tiên. Tôi đã từng đọc sách của Sơn Nam của Bình Nguyên Lộc và nghe nói cuộc sống sung túc ở vùng đồng ruộng phương Nam, nhưng tôi tưởng đó là chuyện đời xưa. Ài dè gần đây cuộc sống vẫn còn sướng như vậy.

- Cô biết trái mù u không?

Câu hỏi bất ngờ của Phương như chuyến đò ngang đưa tôi trở về quê hương khói lửa cách đây hơn 60 năm. Lúc đó gia đình chúng tôi ở Bình Định, quê nội của tôi, chúng tôi cũng đã từng thắp đèn dầu hao, đèn mù u, đèn đom đóm của Trần Minh khố chuối. Tôi muốn đi xa hơn nữa, ngược về quá khứ, kể cho Phương nghe huyền thoại trái mù u, những trái tròn nhỏ xanh bóng lăn lăn trên những con đường trong Thành Nội cố ngăn chặn bước chân của kẻ thù khi quân Pháp lần đầu tiên tấn công kinh thành Huế, nhưng giọng Phương như dòng nươc chảy xiết, sợ ngưng lại sẽ lạc mất đường về.

- … Lúc đó nhà con đông anh chị em, năm chị em gái và ba em trai. Buổi tối tụi con học ngồi cả bàn dài, không có đủ dầu để thắp, ngày hè trái mù u khô rụng, tụi con lượm về phơi khô, lấy hột xâu thành cây dài như người ta xâu nem nướng, buổi tối đốt lên, khói bay mù mịt trần gian. Những lúc đó chị Hai con hay bắt chước giọng dì Bảy bên cạnh nhà cất tiếng hát ngớ ngẩn: *Bướm vàng đậu trái mù u, lấy chồng càng sớm lời ru càng buồn...*

Tôi khép hờ hai mắt, cố gắng mở ra một khe hở của thời gian để nhìn rõ hơn những hình ảnh đã ngập chìm sâu thẳm, dưới bao nhiêu biến cố của cuộc đời, hình ảnh một đám trẻ con chưa tới mười tuổi, trong đó có tôi, đầu trần chân đất lấm bụi, đang lúc thúc chạy trên con đường gập ghềnh cát trắng. Con đường ngập cát, hai bên là rừng, thỉnh thoảng mới có vài bụi cỏ nhỏ nhoi, để tránh cái nóng bỏng chân, mấy đứa trẻ nhìn thấy có bụi cỏ là ào chạy tới đó đứng nghỉ, dẫm lên cái bóng của chúng mà đứng, dẫm lên cái bóng của chúng mà chạy, như thể chúng muốn chơi trò không dẫm lên cái bóng của chính mình giữa trưa nắng cháy. Chúng cứ chơi trò không đạp bóng như thế mà lội rừng lội cát mà đi, và cũng không quên giữ chặt tàu cau hay bẹ dừa hay cái quạt mo che đầu, mấy đứa con gái thì yểu điệu che bằng lá sen lá chuối. Mấy đứa trẻ cứ như thế, lúc đứng lúc đi, nhấp nhô trong đám bụi mờ của thời gian. Ờ mà bọn trẻ đi đâu nhỉ? Rừng quê tôi cây không nhiều bằng cát, lá xanh ít hơn xương rồng, hoa màu thưa thớt và khô cằn, đâu có được sung túc trù phú như ở ven bờ sông Tiền sông Hậu? Di sản của công chúa Huyền Trân để lại không màu mỡ bằng những chiến công oanh liệt của các chúa Nguyễn. Cánh chim hồng trên lưng dãy Trường Sơn đã đập đơn côi lạc nhịp không bằng những cánh cò trắng rập rờn ở đồng bằng sông Cửu Long thơm mát hương sen.

- A còn chuyện đi bắt cá bống dừa nữa mới thật là vui.

Tôi thở một hơi dài cố gắng chen vào một câu để chứng tỏ mình không 'quê' lắm, cũng biết chút ít về chuyện đồng ruộng ao hồ.

- Con cá bống dừa ở trong vườn dừa, mua về kho rim ươm vàng ăn say quên cả trời đất.

Phương cười nói như mơ:

- Vào mùa nước lên, cá ngoài sông bơi vào vườn trốn trong bộng dừa. Bắt cá bống dừa tụi con phải đi mua mấy cái nôm về đặt trước bộng dừa, bỏ mồi vào đó, cá bống tham mồi ra ăn, rơi vào giỏ, vậy là tụi con có cá đem về cho mẹ.

Tôi như thấy trước mắt hình ảnh cô bé nhỏ nhắn đi sau cùng vấp phải dây bìm bìm và cô té lăn tròn trên cát, cô lấy hai tay che mặt trời và kêu lên: "Chị ơi! Chị ơi!" Tiếng 'chị' vang lên như một chớp sáng có khả năng mở ra một cánh cửa thời gian khác, và tôi thấy một cô bé bé nhỏ hơn, cùng với chị đang chơi trên một đồi cát vào một buổi sáng trời trong xanh, phía trước là bãi cát chạy dài và biển cả mênh mông. Cô bé trèo lên một chỗ cao, ngước mắt nhìn trời, hai tay che mắt, rồi cô cười khanh khách và gọi: "Chị ơi! Chị ơi! Em thấy bà Tiên đang bay trên trời, chị đến đây coi, mau lên, mau lên chị". Hai chị em cùng ngước mắt nhìn trời và cười vang. Rồi bỗng có tiếng máy gầm rú và bóng một chiếc máy bay che hết cả bầu trời. Hai chị em sợ hãi, cúi thấp người, hai tay che kín đầu vội vàng chạy về nhà tìm mẹ như tìm một nơi che chở an toàn nhất. Đó là quê ngoại tôi ở Quảng Trị, một làng ven biển, năm 1946, chúng tôi chạy về đó để tránh cuộc tranh giành quyền lực giữa Pháp-Nhật ngay trên đất nước của chúng ta! Quê ngoại tôi cũng nghèo, cũng thuộc loại 'chó ăn cát gà ăn muối', và người thì ăn canh nấu với trái ớt vì không có rau xanh.

Cả Miền Nam ngập nước, quê nội tôi khô cằn. Gặp năm hạn hán, mọi người phải đào mương lên tận chân Núi Bà để dẫn nước về ruộng. Mẹ tôi đi suốt đêm. Ruộng nhà chúng tôi ở cuối làng nên bà phải về sau cùng, dòng nước chảy đến điểm cuối cũng chỉ còn như giải yếm đào. Tôi nghe chị Ba con bác tôi vừa đi vào ngõ vừa ngâm: Ước gì sông hẹp bằng gang, Bắc cầu dải yếm cho chàng sang chơi.

Mẹ tôi thở dài sầu não: - Cháu ơi, dòng nước mình dẫn về còn nhỏ hơn dải yếm nữa, cháu còn ước nỗi gì!

Những người cùng quê tôi, họ ở quanh đây, gần đây, và mỗi mùa xuân mới, họ lại đem tiếng trống trận Quang Trung để đánh thức tình quê hương nơi những người con lưu lạc và cố gắng làm bừng lên trong lòng thế hệ trẻ một ngọn lửa chưa được nhóm lên đã vội tàn. Giấc mơ hồi hương trong tôi vẫn âm ỉ cháy, những ngày đầu mới qua Mỹ, nó dữ dội quật ngã tôi suốt một năm trời, bạn bè bảo tôi xác xơ như một con ma mới. Bao lâu nữa tôi trở thành ma cũ? Một con ma cũ lúc nào cũng ôm trong lòng một đôi mắt luôn ngóng về bên kia biển Thái Bình Dương, như những nàng dâu Việt Nam tội nghiệp xa xưa lúc nào cũng âm thầm trong nỗi đau ngóng về quê mẹ.

Phương bây giờ cũng đang ngóng về quê mẹ nhưng Phương không đứng ngõ sau, Phương mang nỗi buồn vui đi về trong lòng nước Mỹ, vun xới ước mơ và náo nức chờ ngày về thăm quê.

Phương đã hoàn thành một công trình nghệ thuật, nhưng khuôn mặt hao gầy và những đường nhăn trên mặt tôi thì không mỹ thuật chút nào. Tuy vậy tôi vẫn còn mơ màng theo chuyện bắt cá bống của Phương (chen lẫn những hồi ức của tôi) nên nói đùa:

- Bắt cá bống dừa vậy Phương có bắt cá bống mủ đem về nuôi không? Sao bây giờ Phương có đôi giày và áo quần đẹp như vậy? Đẹp còn hơn cô Tấm khi đi dự dạ hội ở hoàng cung.

Chúng tôi cùng cười vang. Phương cười như vừa tỉnh khỏi giấc mơ hồi hương và vui vẻ nhận lời khen của tôi. Trời vẫn còn mưa bay bay, có phải "cơn mưa lâm thâm ướt dầm lá hẹ?" Tôi ra về mang theo cả bầu trời quê hương man mác cõi lòng.

San Jose, 2012

40. **Hát Bội Bình Định Giữa Thung Lũng Hoa Vàng**

Theo các nhà nghiên cứu, hát bội bắt đầu phát triển vào đời Trần. Trần Hưng Đạo sau khi đánh thắng quân Nguyên Mông, có bắt được Lý Nguyên Cát, một người rất giỏi hát tuồng, bèn giao cho Trần Nhật Duật, vị hoàng tử tài hoa thứ VI của vua Trần Thái Tông, lo tổ chức các đội tuồng để giải trí giúp vui, ủy lạo binh sĩ. Gọi là hát bội. Ban đầu, sân khấu hát bội gồm có tám mặt đâu lưng nhau, quay mặt ra tám hướng theo hình bát quái. Một đội tuồng gồm có tám đoàn nhỏ, rất đông đào kép nghệ sĩ, tám sân khấu cùng hát chung một tuồng. Mặt sân khấu hướng tây bắc (quẻ càn, chỉ trời) dành cho vua, hoàng tộc và các quan đại thần. Các cửa sân khấu khác, dành cho các quan trong triều và gia đình thứ dân, ai cũng được xem cùng một tuồng như nhau. Về sau, sân khấu hát bội giản lược còn bốn mặt. Trong dân gian sân khấu hát bội chỉ có hai mặt. Mãi đến năm 1932, ở Bình Định, vẫn còn tổ chức hát bội với sân khấu hai mặt. Ngày nay hát bội chỉ còn sân khấu một mặt như tất cả mọi sân khấu nghệ thuật khác. Hát bội rất thịnh hành trong lịch sử Việt Nam, nhất là sau khi Đào Tấn (1845-1907) quê ở Bình Định, đưa vào hát bội nhiều yếu tố nghệ thuật đặc biệt thì hát bội Bình Định mới nổi tiếng là một bộ môn nghệ thuật đặc sắc.

Tôi nhìn thấy anh trên sân khấu trong ngày hội Tây Sơn Bình Định. Một nghệ sĩ trong chiếc áo dài gấm, râu dài, điệu bộ khoan thai, nhịp trống chậm. Anh đang đóng vai Nguyễn Phi Khanh, một người cha hiền từ, một vị quan yêu nước, một con người khí khái. Rồi nhịp trống mạnh, anh đổi qua điệu bộ hiên ngang, lời lẽ mạnh mẽ nhưng vẫn giữ phép tắc của một người con có hiếu. Đó là Nguyễn Trãi đang đối đáp với cha. Một mình anh đóng hai vai trong trích đoạn của vở tuồng Nguyễn Phi Khanh và Nguyễn Trãi do chính anh sáng tác.

Tôi thật vô cùng kinh ngạc. Lẽ nào tuồng hát bội Bình Định có mặt trên đất Mỹ? Tôi biết có lớp dạy hát bội của nghệ sĩ Bảy Ngầy ở miền Nam California, nay sao lại xuất hiện một nghệ sĩ hát bội Bình Định khác ở miền Bắc? Tôi tìm gặp anh và đã nghe dòng tâm sự của anh như sau:

Anh là Võ Hồng Sơn, quê ở làng Phước Lý, Bình Định. Thân phụ anh là một người am hiểu hát bội và đã từng lập đội tuồng ở quê nhà. Lúc đó anh 14 tuổi đang theo học ở Qui Nhơn. Những ngày nghỉ hè, anh về nhà thấy cha dạy hát bội cho mọi người, anh trở thành người mê hát bội từ đó. Cha anh truyền hết nghề cho anh và anh trở thành người học trò sáng giá nhất của đoàn. Một năm sau, cha mất, hơn 10 năm sau, anh qua Mỹ. Giống như bất cứ một người Việt Nam nào khi mới đến Mỹ, anh làm việc và lo cho các con ăn học, nhưng dòng máu hát bội vẫn lưu chuyển trong anh, anh không bao giờ quên. Những lúc nghỉ ngơi, những lúc nhớ quê nhớ cha, anh thường ngâm nga những câu hát cũ và cũng không quên ôm ấp những điều tâm đắc anh sẽ thực hiện khi có điều kiện. Năm 2009, Hội Tây Sơn Bình Định nhờ anh đến giúp vui. Lần đầu tiên anh diễn tuồng Quang Trung Đại Phá Quân Thanh do anh sáng tác. Anh nói, anh rất xúc động và cao hứng vì có dịp làm sống lại nghệ thuật của quê hương trên đất Mỹ.

Tôi hỏi:

- Khi đóng vai Quang Trung anh có đeo mặt nạ không? Khi anh đóng vai Nguyễn Phi Khanh và Nguyễn Trãi tôi cũng không thấy anh vẽ mặt?

Anh cười rất vui:

- Chị không biết đâu. Đúng, trong lịch sử hát bội, ban đầu đào kép có đeo mặt nạ, nhưng sau này người ta vẽ mặt cho tiện. Hát bội là một nghệ thuật mang tính tượng trưng cao nên vẽ mặt có những ước lệ như: Dùng màu đen sậm, đỏ tươi hay trắng bệch. Trung thần, quan võ, vẽ mặt đỏ, nịnh thần vẽ mặt trắng... Rồi anh cười đắc chí: - Quan văn trung hậu để mặt thật chị ơi, vì vậy mà đóng vai Nguyễn Phi Khanh tôi đã không vẽ mặt.

Tôi vô cùng kinh ngạc.

- Ồ thì ra là vậy. Bây giờ nghe anh nói tôi mới biết. Trong hát bội có hát và múa, vậy anh có thể cho biết các điệu hát trong hát bội và các động tác múa?

- Các nhà nghiên cứu thường gọi hát bội gồm có hát văn và hát võ. Hát văn căn cứ vào vở tuồng của tác giả, nhưng các điệu hát thì phải thích hợp tâm lý nhân vật. Ví dụ như hùng tráng thì hát xướng, tẩu mã, nói lối...; vui sướng thì hát điệu Nam xuân, nói lối...; buồn thì nói lối hay hát khách.

Rồi anh hát thử cho tôi nghe khi Quang Trung bộc lộ lòng căm hận quân Thanh, Nguyễn Trãi khi phải từ giã cha... Giọng anh hùng mạnh rồi chuyển qua ngọt ngào ngân nga. Tôi nói:

- Giọng anh hát thật hay và truyền cảm, tôi nghe cũng muốn say luôn, hèn gì ngày xưa thiên hạ mê hát bội đến nỗi bỏ chồng quên con...

- Giọng hát một phần do trời cho nếu luyện tập thêm nữa thì dễ thành công. Nhưng hát võ mới khó. Tôi cắt ngang:

- Anh nói hát võ, thế có nghĩa là Đào Tấn đã đưa yếu tố võ thuật vào hát bội?

- Chị cũng rành hát bội ghê.

- Anh quên tôi cũng là người Bình Định sao? Vậy anh cũng là người từng học võ thuật Tây Sơn rồi.

Anh đắc ý cười ha hả như Quang Trung sau khi tiến quân vào thành Thăng Long.

- Hát võ tức là các động tác múa trên sân khấu. Nếu diễn viên không biết võ thuật làm sao sử dụng binh khí rồi chế biến võ thuật thành nghệ thuật trên sân khấu? Nhờ Đào Tấn, võ Bình Định đã gia nhập vào hát bội làm cho hát bội Bình Định mang một sắc thái riêng biệt và có sức sống lâu dài. Khi tôi chuẩn bị làm động tác đưa tay lên, tôi vận dụng một thế võ nhẹ giúp tay tôi thêm sức mạnh tạo cho động tác đưa tay có một tư thế rõ ràng, giúp khán giả dễ dàng nhận ra ý nghĩa của điệu múa.

- Anh đã cho biết những yếu tố quan trọng trong vở tuồng hát bội như là tuồng tích, các giọng hát và yếu tố võ thuật, nhưng hình như anh quên một yếu tố nữa... Anh cắt ngang lời tôi:

- Tôi không quên. Cầm chầu! Anh lại cười ha hả như nhắc đến một điều gì vô cùng thú vị. - Hát bội là một nghệ thuật độc đáo, không có một nghệ thuật nào sánh được, đó là vai trò người cầm chầu. Người cầm chầu phải là một người trước hết am hiểu nghệ thuật hát bội. Hai, người phải có đức độ, công minh, một người phải có uy tín, chức sắc trong làng. Bởi vì người cầm chầu là người đóng vai trò thưởng phạt đào kép ngay trên sân khấu, khi đang diễn.

Tôi "Ồ" lên một tiếng vô cùng kinh ngạc. Anh tiếp tục giải thích:

- Vì vai trò quan trọng đó nên theo nguyên tắc, người cầm chầu phải ngồi trước mặt sân khấu, hàng trước khán giả, phải mặc áo thụng xanh và đội khăn đen. Trước tiên đánh 9 tiếng cho đào kép chuẩn bị. Mở màn đánh 6 tiếng, đào kép bắt đầu ra sân khấu chào khán giả rồi đi vô. Khi khen, đánh 1 tiếng 'thùng' trên mặt trống. Đánh hai tiếng: khen rất hay. Phạt nhẹ: đánh 2 tiếng 'cắc, cắc' gần vành trống, đào kép vẫn hát. Phạt nặng, đánh vào vành trống 3 tiếng trở lên, đào kép phải ngưng diễn ngay. Đào kép hết vai, đánh 2 tiếng để chào khán giả đi vô luôn.

- Thưởng phạt ngay trên sân khấu vậy đào kép ra hát chắc run lắm. Nhưng có lúc nào người cầm chầu thưởng phạt sai không?

Hồng Sơn lại cười lớn.

- Có chứ. Tôi nghe kể, có lần người cầm chầu không đánh trống đúng nhịp, át cả tiếng hát, thưởng phạt sai bị quần chúng la ó phản đối, thậm chí có người nhảy lên sân khấu giựt loa và chế diễu: "*Tổ cha con quạ đen đầu. Lâu lâu nó mổ da trâu cái thùng*". Những lúc như vậy cả rạp cười rần rần... Tổng Trấn Lê Văn Duyệt nổi tiếng là người cầm chầu nghiêm khắc công minh và thuần thục. Ông không những theo dõi đào kép mà còn theo dõi khán giả xem họ có cảm nhận trùng với tiếng chầu của ông hay không.

Ngoài ra, tiếng trống chầu còn có sức thúc giục, mời gọi và thông báo: Trước hết là dấu hiệu quảng cáo: mùa hè rao mời 9 tiếng, mùa xuân giục 3 tiếng, mùa thu 7 tiếng, mùa đông 2 tiếng đánh thong thả. Cuối buổi hát, nếu đêm mai còn diễp tiếp thì đánh 9 tiếng, nếu là đêm chót thì chỉ đánh 3 tiếng mà thôi…

Mơ ước nhỏ bé và đơn giản của Hồng Sơn là được sống vì nghệ thuật và dùng nghệ thuật để phục vụ bà con bạn bè, cộng đồng ở nước ngoài. Anh nói: Khi nào bà con cần, tôi xin có mặt. Tôi muốn đem cái tâm của tôi, tôi muốn đem tình yêu hát bội của tôi truyền vào tác phẩm phục vụ bà con, để tình yêu hát bội và nghệ thuật hát bội Bình Định mãi mãi không mất dấu trong tâm thức người Việt Nam dù bất cứ ở nơi đâu.

San Jose, Tháng 3 /2013

41. **Hương Vị Bốn Mùa**

Việt Nam là một xứ nông nghiệp, khắp nơi đâu đâu cũng có ruộng vườn xanh tươi, cây trái hoa màu theo mùa thay đổi, vì vậy thức ăn của người Việt Nam cũng luôn luôn thay đổi theo nhịp đi của bốn mùa xuân hạ thu đông.

Thành phố Huế với dòng sông Hương đặc biệt đã đi vào thơ văn lịch sử Việt Nam từ mấy trăm năm nay, nó không những làm tăng vẻ đẹp huyền bí của thành phố mà còn là nguồn cung cấp nhiều món ăn đặc biệt cho người dân Huế. Cách cửa biển Thuận An không xa nên Huế cũng thừa hưởng nhiều món ăn tươi ngon từ biển. Là cái lưng thon của dãy Trường Sơn, Huế đất ít, vườn nhỏ, sông nhỏ, núi thấp, có lẽ vì vậy, cái gì cũng nhỏ, cây trái nhỏ, con cá con hến nhỏ, ngọn rau thơm cũng nhỏ nhưng thơm cay nồng nàn, chúng tôi vẫn nói đùa, bé nhưng mà "bé hạt tiêu".

Tôi sinh ra ở Huế và lớn lên ở Huế nên có dịp hưởng đủ những hương vị của xứ Huế, những món ăn đã được người dân Huế mang đi theo bước đường phiêu bạt khắp bốn phương trời.

Mùa xuân khí hậu mát mẻ ôn hòa, rau xanh cây trái tươi mát khắp nơi cho nên món ăn cũng phong phú, thay đổi tùy theo ý thích của mỗi người.

Nước ta ở gần xích đạo, quanh năm nóng nhiều hơn lạnh nên thức ăn của người Việt Nam thường rất đơn giản, chúng ta chuộng cách ăn tự nhiên giản dị không cầu kỳ, cá nhỏ tôm nhỏ thì kho chiên hấp, rau tươi thì ăn sống hoặc luộc xào nấu canh, chúng ta ít thích những món hầm lâu nấu kỹ nhiều dầu mỡ nhiều thịt như người phương Bắc.

Món ăn Huế có sức hấp dẫn đặc biệt là ở gia vị, người Huế dùng rất nhiều gia vị, đặc biêt là cay và ngọt (nhưng không quá ngọt như món ăn miền Nam), vì vậy món Huế bạn phải vừa ăn vừa sụt sùi tuôn nước mắt mới ngon và ăn xong là nhớ suốt đời. Những món ăn thường ngày rất đơn giản dễ nấu. Chúng ta có vô số loại rau thì cũng có vô số món ăn như rau sống, rau luộc, đậu xào, mướp xào, canh bầu, canh cải,canh mồng tơi canh bí đao bí đỏ…

Một ngày đầu xuân bà tôi nói:

- Hôm nay mình ăn món rau sống cuốn bánh tráng đi con.

Nghe bà tôi nói vậy, dì tôi cắp rổ ra vườn và bắt đầu hái rau. Đầu tiên là rau cải xanh, xà lách, cải con. Sau đó là rau thơm như ngò, húng cây, húng quế, tía tô, ngò gai; thêm vào đó vài trái khế, vả, chuối chát. Nhìn dì bưng rổ rau đi vô nhà tưởng chừng như dì đã hóa thân làm một vị Nữ Thần Mùa Xuân. Rau xanh tươi bày ra quanh bàn, thịt luộc xắc lát, chả ram vàng óng ánh (mà ngày nay thường gọi là chả giò hay eggroll), và nổi bật là chén nước mắm chanh ớt tỏi.

Chén nước mắm này tuy không phải là món ăn chính nhưng nó không thể thiếu trong mâm cơm thường ngày của người dân Huế. Với món rau sống cuốn bánh tráng thì nó càng quan trọng hơn. Nhìn chén nước mắm chấm là thấy đủ cả hương vị cuộc đời: mặn ngọt chua cay hòa quyện với hương thơm nồng nàn của chanh ớt tỏi. Chén nước chấm này nếu khéo làm sẽ thấy nổi trên mặt nước màu đỏ của ớt giả nhỏ cùng với tỏi màu trắng và những tép chanh còn nguyên trôi bồng bềnh trông rất quyến rũ mời gọi.

Đầu xuân ngồi thưởng thức từng ngọn rau xanh thơm,

người ăn có cảm giác như đang nuốt vào lòng tất cả hương vị của bầu trời xuân.

Một món rau luộc mà người xứ Huế chúng tôi ưa chuộng nhất là món rau muống luộc, có thể ăn quanh năm không kể mùa nào. Tuy nhiên dĩa rau luộc này thành công hay thất bại là do ở chén nước chấm. Với món rau muống luộc thì chén nước chấm có một biến tấu khác. Nước mắm ruốc chanh ớt tỏi, hay nước mắm nêm chanh ớt tỏi, hoặc nước tương đậu nành ớt tỏi, đặc biệt có sức hấp dẫn nhất là chén nước tôm kho đánh ớt tỏi. Chúng tôi ngồi vào bàn ăn, một loáng là hết ngay dĩa rau luộc với chén nước chấm. Còn lại nồi nước luộc rau, bà tôi nói: "Ăn đi con, nước rau này có nhiều vitamin C, các con ăn đi".

Nước rau luộc này khi nấu, dì tôi đã bỏ thêm vào đó một trái cà chua, khi chín dì đánh tơi ra, màu sắc của cà chua kết hợp với hương vị quyến rũ của chanh ớt tỏi cũng nhanh chóng đi vào chén của mọi người. Vào thời mà cuộc sống còn chưa cao, thức ăn còn chưa phong phú thì món canh rau muống luộc vẫn là món ăn chính của nhiều gia đình xứ Huế. Ngày nay món canh này dần dần mất đi nhưng trong tôi vẫn còn đọng lại hương vị đặc biệt của chanh ớt tỏi trong nồi nước rau muống luộc và nhất là cảm giác cay nồng ở đầu lưỡi của ớt tỏi mà dì tôi đã hòa quyện vào đó.

Mùa hè nóng bức thì thiên nhiên đã cung cấp cho con người những thực phẩm tươi mát đặc biệt từ biển từ sông lên như con hến có thể nấu cháo, nấu canh, làm cơm hến hay hến xúc bánh tráng; món dấm nuốt với dĩa rau sống là món ăn kỳ lạ mà mọi người không thể bỏ qua. Món canh vào những ngày hè mà tôi vẫn còn nghe hương vị từ đất từ biển đó là món canh tép nấu với cây me đất hoa hồng. Buổi sáng nắng chưa oi nồng thì đã nghe tiếng chân chạy nhanh của các cô gái bán tép tươi ngoài đường, họ vừa chạy vừa rao:

- Ai mua tép không? Tép tươi tép xanh tép ngon ngọt đây.

Những lúc như vậy thì bọn con ít chúng tôi chạy ra vườn tìm hái cây me đất để chuẩn bị món canh tép cho buổi cơm trưa. Cây me đất có hoa màu hồng, hay cây me đất có hoa màu vàng, là một loại cây thuốc chữa được nhiều bịnh thông dụng như giải nhiệt, ho, viêm họng… mà nhiều người Việt Nam đều biết. Loại cây này mọc hoang đầy vườn, lá màu xanh có ba thùy trông xinh như ba cánh bướm, cọng vươn dài ra, trẻ con chúng tôi thường hái để chơi trò đá gà với nhau. Lá me có vị chua nên người Huế chúng tôi thường dùng để nấu món canh chua ngon tuyệt vời, thay vì dùng lá me non hay trái me như người miền Nam. Những con tép tươi từ cửa Thuận An đưa lên còn tươi óng ánh sắc xanh. Trời nóng tép nhỏ nên các cô gái cắp rổ tép vừa chạy nhanh bán gấp trước khi mặt trời có thể thiêu đốt hết chất tươi của tép.

Tép mua rồi, me đất hoa hồng đã hái đầy rổ, chúng tôi chờ đợi món canh chua vào bữa cơm trưa hè nắng nóng. Trong cái nắng oi nồng của buổi trưa hè, húp chén canh có những con tép nhỏ màu hồng với lá me chua xanh ngọt dịu mát là món ăn được ưa thích trong mùa hè của người dân xứ Huế.

Nhà ông ngoại tôi có cái vườn rộng, sau vườn là một hồ nước rộng ông tôi trồng đầy sen. Vào mùa xuân những lá sen non xanh mơn mởn bắt đầu phủ lên mặt nước như những chiếc dù nhỏ che cho những chú cá con con cũng mới bắt đầu ra đời. Khi những chiếc lá bắt đầu vươn cao thì những bông sen như những mũi nhọn cũng vươn thẳng lên trời như những tháp bút ở giữa mặt hồ, rồi hoa bắt đầu xòe cánh. Những gia đình có hồ sen rộng hoặc trong cung đình có hồ sen lớn như hồ Tịnh Tâm, thì từ sáng sớm tinh mơ, người ta đã chèo thuyền trên hồ để hứng những giọt sương đọng trong búp hoa như hứng lấy tinh túy của trời đất. Thứ nước không rễ đặc biệt này đem về chế trà dâng vua là một cách thưởng thức của đấng vương giả. Đó là chén trà vừa thanh khiết vừa tinh tế cao quý, nó chứa đựng trong đó một thứ lộc đặc biệt của đất trời, của nắng của gió, của sương đêm ngọt ngào. Rồi hoa tàn rụng, để lộ những đài sen ôm trong lòng là những hạt sen xanh dần dần lớn lên. Rồi chúng tôi bắt đầu thấy hạt sen bày bán khắp nơi. Hạt sen Huế nổi tiếng vừa thơm vừa mềm là món quà đặc biệt dành cho bất cứ ai khi đặt chân đến Huế.

Chè hột sen là món chè làm mềm lòng bất cứ ai. Dân Huế có cách nấu chè hạt sen đặc biệt chịu ảnh hưởng từ hoàng cung đại nội của vua. Đó là chè hột sen bọc nhãn lồng. Hột sen nấu vừa chín, vớt hột ra. Nhãn lựa trái lớn và đều, bỏ hột bên trong, thay vào đó là hột sen mềm ngọt, thả nhãn bọc hột sen vào nồi nấu thêm mười phút nữa để khi ăn nhãn vẫn còn dòn mà hột sen vẫn còn nguyên không bị nát. Giữa những ngày, khi những cơn gió từ dãy Trường Sơn phả những luồng hơi nóng như thiêu như đốt mà chúng tôi vẫn gọi là những cơn gió Lào bay về, cầm trong tay chén chè hột sen thơm mát, hít hương thơm nhẹ nhàng trong thanh của nó, tưởng chừng như mình đang đứng giữa hồ sen đầy hương thơm có gió nhẹ thổi như ở trong hoàng thành của vua chúa ngày xưa.

Trời đất xoay vần, lại đến những ngày thu dịu mát, khí hậu ôn hòa, cây cối lại xanh tươi, người dân Huế lại trở về với những món ăn dân dã truyền thống, rau luộc, đậu xào, canh bầu, canh bí, với dĩa rau sống xanh tươi nhiều hương vị, với chén nước mắm thơm cay nồng nàn đầy sức quyến rũ. Những ngày đặc biệt, những ngày nhàn rỗi thì làm những món đặc biệt thơm ngon như bánh bèo, bánh nậm, bánh bột lọc, hoặc nấu nồi bún bò cay nồng để vừa ăn vừa sụt sùi rớt nước mắt, hay làm món bánh khoái để vừa ăn vừa nhẫn nha nhìn lá vàng rơi ngoài cửa sổ.

Rồi những ngày mưa dầm gió bấc triền miên đến, cả xứ Huế ngập chìm trong mùa đông. Những ngày trời mưa như sắp tận thế, dì tôi lấy cái lu sành ra để đầu hè nơi dòng nước mưa trút xuống như chiếc vòi rồng, dì hứng nước mưa để làm dưa khế, làm loại dưa khế này chỉ dùng nước mưa mà thôi và gọi là khế xâm. Khi nước đầy lu rồi, dì huy động cả bầy cháu ra đội mưa hái khế cho dì. Có bao nhiêu khế trên cây, bọn trẻ hái hết đem đổ vô lu. Dì bằng lòng lắm, dì dặn: "Một tháng sau dì sẽ thưởng cho các cháu". Lời hứa hẹn của dì thật có sức hấp dẫn. Món khế này ngâm một tháng sau đem nấu canh với thịt bò, thêm một ít lá sân lá lốt rắc lên mặt sẽ cho một món canh có mùi vị đặc biệt không sao diễn tả được, nó làm cho ta ăn xong là nhớ suốt đời. Ơi mùi vị quê hương!

Mùa đông xứ Huế, cái lạnh như từ trong ruột lạnh ra. Chúng tôi ra khỏi nhà là đội mưa tầm tã mà đi. Vô lớp học rồi mà người vẫn lạnh run, tưởng như đang mang cả trời mưa trong lòng. Ra khỏi lớp, trời còn vẫn mưa, về đến nhà đã thấy bà ngoại tôi ngồi thu lu trên giường, ôm chiếc lồng ấp trong lòng phủ dưới chiếc áo dài nỉ đang mặc trong người. Những người già quê tôi rất thích cái lò lửa nhỏ nhẹ có thể mang theo bên người này mà họ gọi là chiếc lồng ấp, khi đi họ cũng có thể mang theo trước bụng như một lò sưởi nhỏ di động. Những ngày mưa gió rét lạnh làm tê liệt mọi hoạt động của cuộc sống thì món canh hỏa lò được mọi người nhiệt liệt đón nhận. Buổi chiều đi học về, đội mưa đội gió đội cả đói lạnh và bóng tối đi vào nhà, nhìn thấy nồi canh hỏa lò đặt giữa mâm cơm giống như thấy một lò sưởi lớn, làn khói nghi ngút từ nồi canh tỏa ra làm ấm cả cuộc đời cũng từ trong ra ngoài. Những giờ phút đó chúng tôi vừa thưởng thức tài nghệ nấu khéo của dì tôi vừa nhớ đến mấy câu thơ của Vũ Hoàng Chương mà tôi cho là tả được cơn mưa triền miên của xứa Huế:

Còn mưa, còn mưa... chưa ngớt đâu!
Mưa qua ngày trắng sang đêm nâu...

... Còn mưa, còn mưa... chưa tạnh đâu!
Mưa trút bề cao vào bề sâu.
Tư duy chết đuối theo tiềm thức;
Mờ hết thiên tâm loãng địa đầu…
(Kiềm Tỏa - Vũ Hoàng Chương)

Chịu đựng mùa đông khắc nghiệt rồi cũng qua mau, chúng tôi chờ đợi những ngày Tết sắp đến để có dịp trổ tài làm những món đặc biệt mà trong năm vì bận rộn ít có dịp làm như bánh ít ram, bánh ướt thịt nướng, chả tôm, cháo lòng, bánh canh, nem, tré…

Món ăn Huế nổi tiếng từ những món ăn dân dã cho đến những món ăn cao sang cầu kỳ của vua chúa. Ngày nay món ăn Huế có mặt khắp nơi, nơi nào có người Việt Nam sinh sống nơi đó bạn có thể tìm thấy món ăn Huế, nhưng những ai từng sinh sống ở Huế, muốn tìm lại được hương vị đặc biệt cùng với những kỷ niệm ngày xưa thì bạn chỉ có thể tìm thấy ở ngay trong lòng mình.

42. **Tiếng Rao Quê Mẹ**

Từ xa xưa, người Việt Nam đã có thói quen họp chợ ở ngoài đường, bán hàng ở ngoài đường. Ngoài những phiên chợ họp có định kỳ, có địa điểm nhất định, người Việt Nam còn có thói quen gánh hàng đi bán dạo mà người ta thường gọi là hàng rong. Hàng rong có thể bán những sản vật đặc biệt theo mùa nhưng cũng có những những món ăn cần thiết cho đời sống hằng ngày, vì vậy mỗi thời điểm trong ngày đều có những món ngon vật lạ làm vui lòng mọi người từ trẻ tới già, từ sáng tới tối.

Tôi sinh ra ở thành phố Huế, vì vậy ngay từ nhỏ đã nghe những tiếng rao mà âm thanh của nó đến nay vẫn còn đọng lại như những điệu nhạc sinh động trong tôi. Huế là một thành phố đặc biệt, trầm mặc chịu cuộc sống khép kín bởi những luật lệ của vua quan phong kiến, vì vậy cuộc sống ngoài đường cũng không náo nhiệt sôi động như những thành phố khác, nhưng không vì vậy mà kém sức lôi cuốn. Những vị khách nhàn rỗi háu ăn thì ngay từ sáng sớm đã chực chờ tiếng rao hàng rong.

Buổi sáng tôi thường bị đánh thức bởi tiếng rao "Bánh mì nóng giòn đây" vang lên trước đường của cậu bé bán rong. Mùi bánh nóng cùng với hương vị thơm ngon và âm thanh giòn giã vui tai cuốn hút chúng tôi ra khỏi cơn buồn ngủ. Tiếng rao của cậu bé chưa tới tuổi trưởng thành đã đi vào đời có cái gì đó như hối hả, như thúc giục rộn ràng khiến những đứa trẻ như bọn tôi lúc bấy giờ cũng phải vui vẻ hòa cùng nhịp sống, vội vàng chuẩn bị tới trường. Cũng có khi tiếng rao của cậu bị ngắt quãng như nức nở nghẹn ngào bởi cái lạnh mùa đông tái tê của xứ Huế, hay bởi đau buồn vì số phận hẩm hiu thua sút trước những đứa trẻ cùng tuổi đang nô nức đi đến trường làm cho chúng tôi cảm thấy băn khoăn ngại ngần.

Một món ăn sáng khác mà người phố Huế rất thích, đặc biệt là người già hoặc người bịnh, đó là món cháo trắng hoặc cháo đậu ăn với cá bống kho khô. Những con cá bống nhỏ săn chắc bắt từ sông Hương lên được nâng niu trên lò lửa nhỏ ngọn với đầy đủ gia vị, đặc biệt là tiêu và ớt, bạn không thể tưởng tượng được đâu, cứ ăn vào sẽ thấy thấm thía cả ruột gan lẫn tâm hồn.

Nếu buổi sáng bạn cảm thấy chưa ăn đủ thì sau đó đã có gánh đậu hũ mời mọc. Tiếng rao của cô bán đậu hũ có sức quyến rũ hơn. Tiếng rao của cô đặc biệt ngân nga kéo dài như một điệu nhạc ân tình chứa chan lời mời gọi: - Aaai ăn đậu hũu khôông?

Cô bán đậu hũ gánh hai đầu hai thùng hàng, chiếc đòn gánh ngang vai kẽo kẹt, chiến nón lá nghiêng lệch cùng tà áo dài phất phơ, cô đi chậm, một tay để trên đòn gánh phía trước, một tay cô phe phẩy dịu dàng cùng với tà áo dài tha thướt. Cô đã để lại trong lòng người dân thành phố Huế một hình ảnh khó phai mờ; hình ảnh một người chị, một người vợ một người mẹ với gánh nặng của gia đình, của cuộc đời, của một con người phải chịu đựng một số phận không may, phải chịu đựng cảnh nghèo đói, phải vất vả kiếm sống. Sức chịu đựng bền bỉ dẻo dai của cô như chiếc đòn gánh cứ kẽo kẹt nhấp nhô trên vai khi nhẹ khi nặng như một sự phỉnh phờ lừa dối.

Gánh đậu hũ ngồi giữa sân là cả đám con nít vây quanh. Nhìn cô múc đậu vô chén mới hiểu tại sao mấy đứa nhỏ đứng đó hít hà. Cô dùng chiếc vá mỏng, múc từng vá đậu mỏng như lá lúa bỏ vô chén, xong rồi cô rưới lên vài muỗng nước đường nấu với gừng vàng óng ánh như mật ong vừa thơm vừa có mùi vị cay cay. Mấy đứa nhỏ bưng chén đậu hũ, nhắm mắt hít một hơi dài thưởng thức hết hương vị thơm ngon rồi ăn từng muỗng nhỏ như để kéo dài những giây phút hạnh phúc mong manh. Cô đậu hũ đã ra đi, cất tiếng rao trong trẻo giữa bầu không khí thanh vắng như gieo trồng một niềm hy vọng tươi đẹp vào tương lai.

Cậu tôi kể câu chuyện cổ tích về cô bé Lọ Lem bán đậu hũ: Cô gái đẹp, dịu dàng và hiền lành, trông cô nhẫn nại, chăm chỉ và vui vẻ như một con chim khuyên. Nhà cô ở bên kia sông Hương. Hằng ngày cô gánh đậu hũ đi bán với tiếng rao trong thanh ngân nga vang dài quấn quýt như sợi tơ hồng. Cô hay đến bán cho những nhà có sinh viên ở trọ, ở đó, thỉnh thoảng có anh chàng ăn chịu đậu hũ của cô. Sau khi anh sinh viên ra trường, nhà cô gái tràn ngập hoa hồng và thiệp cưới. Cô bán đậu hũ trở thành Bà Giáo để lại một sự tích hiếm hoi trong lòng người dân Huế thân thương.

Sau giấc ngủ trưa, khi các bà còn đang ngáp ngắn ngáp dài thì đã nghe ngoài đường có tiếng rao:

- Aaai khoai lang nóng không?

Tiếng rao ngân dài của các cô gái trẻ cùng với rổ khoai nóng ủ kín nấu với lá dứa thơm nức nở, cô vừa rao vừa đi rất nhanh, sợ để lâu khoai nguội sẽ ăn mất ngon, và như vậy sẽ không thu hút người mua. Tiếng rao trong trẻo đầy sức sống như tiếng mời gọi từ một niềm hy vọng riêng tư nào đó cũng khiến động lòng các bà mẹ trong ngôi nhà khép kín. Mua khoai của cô gái trẻ sẽ cảm nhận sự nồng ấm ngào ngạt từ bàn tay khéo léo của cô. Khi cô mở chiếc khăn ủ kín ra, cả một luồng hơi nóng phả vào mặt, thơm nức mùi khoai mùi lá dứa, mùi vị cuộc đời, và thấm nhiễm vào đó là sức sống là sức chịu đựng, là sự chắt chiu, khéo léo của cô gái, cùng với niềm hy vọng rạt rào vào một ngày mai có một phép lạ nào đó sẽ xoay chuyển cuộc đời. Chúng tôi ăn khoai của cô và nhớ mãi nụ cười tươi và cử chỉ dịu dàng của cô.

Nhà ông Ngoại tôi có cái sân rộng, ở đó ông trồng một cây nhãn khổng lồ, cành lá rũ kín gần chạm đất. Các cậu tôi, các anh con cậu tôi và các bạn bè của họ đến đó chơi hằng ngày sau giờ học. Lúc đó, tôi không thấy họ chơi đá banh hay đánh bi đánh đáo, mà họ chơi một trò chơi đặc biệt gọi là đánh boule. Trò chơi này chịu ảnh hưởng của Pháp nên dân Huế gọi là đánh boule. Boule là những hòn sắt to gần bằng trái banh nên ngày nay người ta gọi là đánh Bi Sắt và môn đánh bi này ngày nay cũng có mặt trong những cuộc thi đấu ở Việt Nam cũng như quốc tế.

Những lúc họ chơi mệt, thì anh bán kẹo kéo được mời vào. Đối với tôi, món kẹo kéo có cái gì đó rất bí mật và người bán kẹo kéo hình như là một người có ảo thuật, cho đến ngày nay tôi vẫn chưa hiểu có bí mật gì nằm trong khối bột trắng dưới chiếc khăn ủ kín kia. Chiếc khăn mở ra để lộ một khối bột màu trắng, người bán hàng dùng chiếc khăn kéo khối bột ra vừa nhỏ vừa dài, anh vuốt vuốt nhiều lần rất điệu nghệ rồi ngắt từng khúc ngắn và đưa cho mọi người. Người ăn thưởng thức hương vị ngọt ngào của hương chuối, pha lẫn mùi thơm dòn của hạt đậu phụng được giấu kín bên trong. Khác với những món quà lôi cuốn bằng tiếng rao, anh kẹo kéo lôi cuốn người mua bằng chiếc bàn quay của anh. Người ta vừa ăn kẹo của anh vừa đùa vui với chuyện may rủi hên xui. Bạn thử đẩy tay một cái trên chiếc bàn quay đi, thì cũng giống như một vòng quay trong trò chơi Who Will Be a Millionaire ngày nay. Hên xui may rủi nằm ở các con số, số tiền của bạn mua được nhiều hay ít thanh kẹo là nhờ vào con số trên vòng quay của bạn. Những đứa trẻ chúng tôi thời đó rất thích trò chơi ngọt ngào ít tốn tiền này.

Sau bữa cơm tối người ta làm gì cho hết giờ khi ở vào thời chưa có TiVi chưa có máy hát, chưa có điện thoại, máy vi tính, nói chung là một đời sống thuần phát thô sơ? Giải trí buổi tối trước khi ngủ, người ta ngồi nói chuyện, ra sân ra vườn hưởng gió mát và những lúc như vậy tiếng rao hàng tối trước đường cũng có sức hấp dẫn không kém. Tôi vẫn còn nhớ tiếng rao trong thanh ngân dài của người mẹ bán chè đậu xanh và người bán trứng vịt lộn hằng đêm vang lên trong ngõ vắng, cùng với chiếc đèn hột vịt leo lét mờ ảo, chập chờn một ảo giác như vẫy gọi như thúc giục những người mẹ lam lũ nuôi con.

Theo đà phát triển của cuộc sống, những gánh hàng rong không mất đi mà ngày càng phong phú và điệu nghệ hơn. Nhất là ở những thành phố lớn đông người nhộn nhịp. Người ta bán quà ăn vặt, bán rau cải cá thịt, rau tươi cà tím khoai môn khoai lang, đĩa cd phim nhạc… tất cả đều chạy xe vừa mở máy ghi âm đã thu sẵn lời rao của họ. Lời rao bây giờ mạnh mẽ hơn, vang xa hơn, khó nghe hơn và vì vậy cũng mất hẳn tính cách độc đáo riêng tư của mỗi phận người.

Tôi đứng trên lan can nhà nhìn đường chiều đã dịu nắng. Sau đợt bán rau cải cá thịt buổi chiều thì đến giờ quà chiều ăn vặt. Anh bán mì gõ chạy xe đạp, vừa đạp xe vừa rung cái chuông leng keng không cần phải rao mời gì. Ai mua thì anh chạy về quán mì mang đến cho họ. Cô bán khoai lang khoai mì hấp dừa mở máy phát tiếng rao có phần vụng về của cô. Bắp nấu, đậu hũ cũng góp mặt. Một món ăn mới bạn không tưởng tượng được đâu. Anh chàng trẻ tuổi chạy xe Honda chở theo sau một thùng hàng với lời rao lạ lùng: "Trứng gà nướng bắp xào nóng đây". Bắp hột xào đựng trong thùng kính, trứng gà nướng vẫn còn để trên bếp điện để giữ nóng. Anh ta chạy vòng vòng quanh xóm vừa chạy vừa phát máy rao. Khi trời đã mát hẳn, bờ sông trở thành nơi tụ họp vui chơi của dân trong xóm thì dân bán hàng rong cũng nhập bọn. Họ sắp một hàng dài sẵn sàng phục vụ.

Gió sông mát thổi, trẻ con chạy chơi cười đùa, thả diều... người lớn ngồi tán gẫu giải stress sau một ngày làm việc mệt nhọc. Hàng vặt sẵn sàng phục vụ. Ăn tối thì đã có hàng quán bên kia đường: bánh bèo bánh cuốn phở cơm có đủ. Anh bán đĩa CD phim, CD ca nhạc đủ loại không quên mở nhạc inh ỏi. Những đĩa CD sang lậu bán rẻ như bèo!

Tiếng rao hàng rong là một điệu nhạc sống của phố phường Việt Nam. Tiếng rao thân quen như điệu ru của quê mẹ đã đi vào lòng mọi người từ thuở còn thơ. Người Việt Nam đi xa vẫn không quên được âm điệu bí ẩn cùng những món ăn thô sơ của thời thơ ấu. Đối với người ngoại quốc, tiếng rao hàng rong của việt Nam có cái gì lạ lùng, bí ẩn mà họ không tài nào hiểu nổi.

Để "giải mã" những âm thanh đặc biệt của giới hàng rong Việt Nam, năm 1929, một người Pháp tên F. Fénis, đã xuất bản một cuốn sách nhỏ có tựa đề Les Marchands

Ambulants et Les Cris de la Rue à Hanoi (Những Người Bán Hàng Rong và Những Tiếng Rao trên Đường Phố Hà Nội). Cuốn sách gồm 40 trang, mô tả khá đầy đủ các loại hàng rong và tiếng rao ở Hà Nội thời bấy giờ kèm theo hình ảnh minh họa và khuôn nhạc ghi lại âm thanh của tiếng rao rất thú vị.

(Cuốn sách này hiện nay vẫn còn bán trên Amazon)

43. **Cát Đá và Hoa**

Rời quốc lộ số 1 trên địa bàn tỉnh Bình Định, huyện Phù Cát, chúng tôi lái xe đi vào tỉnh lộ rồi hương lộ. Chúng tôi đi giữa ruộng đồng mênh mông, rải rác mới có nhà cửa. Càng đi, chúng tôi càng tiến gần chân núi Trường Sơn. Lái xe chạy độ hai giờ, xe chúng tôi đâm sầm vào ngõ sau của một căn nhà. Đó là nhà của ông nội tôi, một lối vào vừa được phá rào sáng nay khi hay tin chúng tôi về thăm quê.

Chúng tôi vào đến nhà, cởi bỏ đồ đạc ra là trời đã chập choạng tối. Ngồi đầu hiên nhà nói chuyện là thói quen từ xưa của quê tôi, trong khi chờ đợi bữa ăn tối.

Chị Hai Nhung, con dâu trưởng của bác tôi, đãi chúng tôi một bữa đại tiệc ở sân trước. Chị gọi tất cả con cháu họ hàng đến, và trong ánh sáng lờ mờ của ngọn đèn vàng hắt ra từ hiên nhà, chúng tôi vừa ăn vừa nhắc lại kỷ niệm xưa.

Buổi tối chúng tôi nằm ngủ tràn lan từ trong nhà ra đến ngoài hiên. Có kẻ trải chiếu giữa sân nằm chống mắt lên trời như muốn nhớ lại những trò chơi tìm sao đếm sao… thuở nhỏ; có người móc võng vào gốc cây đầu hè mơ màng như lắng nghe câu hò đối đáp quen thuộc từ quá khứ vọng về. Tôi nằm ngủ trong phòng chị Hai. Chị Hai có nghề thuốc Nam, cây cỏ hoa lá của chị để kín phòng. Mùi bông hoa cây cỏ thơm dịu dàng quấn quýt như mùi quê hương thấm vào giấc ngủ, thấm sâu vào hồn kẻ đã bỏ xứ ra đi không hề hối tiếc. Chúng tôi mở toang cửa, gió ào ạt thổi vào nhà ru cho chúng tôi ngon giấc. Chiếc xe Angel vẫn để ngoài sân.

Tôi hỏi chị Hai Nhung;

- Làng mình có bao giờ bị mất trộm không chị?

- Từ trước tới giờ không có ăn trộm, cũng không có ai bị mất gì. Chỉ có một lần ông Bảy ở xóm ngoài bị mất chiếc xe Honda, nhưng người lấy cắp là hai kẻ xì ke ở nơi khác đến, không phải người làng mình.

- Như vậy thì phải nói làng mình tuy không giàu có nhưng dân cư sống hiền lành, đời sống thanh bình.

Thơ văn của ta xưa hễ cứ nói đến thái bình là hay nhắc đến chuyện Nghiêu Thuấn bên Tàu. Nay tôi xin trịnh trọng tuyên bố: Đời thái bình chính là cảnh sống thật của quê tôi ở đây, tại làng Phú Long này, không cần phải lục lọi trong lịch sử huyền sử của Tàu quốc xa xôi.

Làng quê tôi không có chùa, không có miếu, không có đền thờ thần thánh, chỉ có một cái Đình. Bàn thờ trong nhà chỉ thờ Ông Bà Tổ Tiên, không thấy ai thờ Phật.

Tôi thắc mắc tự hỏi: trường học thì ở đâu cũng có, vì đó là lĩnh vực giáo dục chung của xã hôi, nhưng đời sống tâm linh thì sao? Dân quê tôi hiền lương, đôn hậu, tính tình hồn nhiên, thật thà chất phác. Họ sống hiền lành ngay thẳng, không trộm cướp, không đâm chém, không hút xách, không cờ bạc… Họ sống một đời sống hiền lành như cây lúa củ khoai, họ hưởng những thứ trời cho và hái lộc từ những thành quả lao động của chính mình. Lối sống thuần hậu ấy, tư tưởng an cư ấy từ đâu mà có? Tôi hỏi chị Hai:

- Vậy thì chị dạy con cháu theo tiêu chuẩn nào?

Chị hồn nhiên nói:

- Thì ngày trước ông bà cha mẹ dạy mình ăn ở hiền lành như thế nào thì giờ mình dạy lại con cháu cũng y như vậy.

Thì ra, nếu không có một đạo Phật rao giảng một triết lý cao siêu, không có đạo Thiên Chúa với những mặc khải nhiệm mầu, không có thần thánh ma quỷ dị đoan đe dọa thì cũng có một nền đạo lý để con người noi theo mà sống ở đời, để gìn giữ nề nếp gia phong: đó là Đạo Ông Bà. Dân quê tôi rất coi trọng bàn thờ Ông Bà, xem đó là biểu tượng của một nền đạo lý tốt đẹp cần gìn giữ.

Trong những câu chuyện cổ tích kể cho con cháu nghe, họ vẫn thường nhắc đến ông Bụt, ông Trời nhưng họ không hề thắc mắc gì về Bụt và Trời. Trong ngôn ngữ hằng ngày họ cũng nhắc đến ông Trời như một đấng toàn năng đóng vai trò phân xử công lý. Họ tin vào Ông Trời và thông qua lời giáo huấn của cha mẹ, họ tiếp nhận Đạo Trời và cố gắng sống đúng Đạo làm người: Ở hiền gặp lành, ở ác gặp dữ. Không thắc mắc kiếp trước, cũng không để ý tới kiếp sau. Họ sống trong hiện tại, tiếp nối sự sinh tồn một cách tự nhiên. Làm hết trách nhiệm, sống đúng đạo Trời, để rồi: "Đêm năm canh an giấc ngáy o o. Đời thái bình cửa thường bỏ ngỏ". (Hàn Nho Phong Vị Phú - Nguyễn Công Trứ)

Tôi vẫn không hết thắc mắc:

- Vậy thì bao nhiêu thế kỷ qua không có ông sư ông Bụt nào vào đây giảng kinh giảng kệ gì hay sao?

- Cô Ba hỏi thật ngây thơ, xứ mình nghèo xác nghèo xơ, chùa nào sống cho được! Muốn đi chùa phải qua thôn Chính Hùng Chính Thắng mà đi.

Tôi ngẩn người sửng sốt, thì ra chân lý chùa chiền trong con mắt người dân bình thường là vậy sao? Nhưng có một nghịch lý tôi muốn nói ở đây là: Thuở nhỏ gia đình chúng tôi cũng ở đây, nuôi heo nuôi gà… nhưng không bao giờ bị mất trộm. Sau đó, cha tôi chê quê nghèo, bỏ quê, băng qua Đèo Lớn đầy cọp dữ, vào An Nhơn sinh sống. An Nhơn An Phú là những huyện có đất đai trù phú, cuộc sống sung túc, nhưng đạo chích đã viếng ngay lứa gà đầu tiên của chúng tôi. Tại sao thế?

Hừng sáng hôm sau tôi thức dậy và nhảy vội ra vườn. Trời ơi! Cái vườn ngày xưa đối với tôi rộng mênh mông và đầy bí hiểm thì giờ đây trông nó bé nhỏ và ngờ nghệch làm sao!

Rồi tôi ra đường, lên rừng rồi lên núi. Ôi trời, vẫn những con đường ngập đầy cát trắng, vườn đầy cát, đồi cát và rừng cũng cát. Cát đã ôm trọn những bước chân tuổi thơ của chúng tôi rồi chôn vùi vào vùng quên lãng… Khắp nơi phủ đầy cát, vì vậy những hàng xương rồng chổng chơ thay cho lũy tre làng, rừng thì toàn dứa dại. Núi thì toàn núi đá mà chẳng có cây cao bóng cả. Dân quê tôi vẫn tự hào hòn Vọng Phu trên ngọn Núi Bà mới thật sự là Hòn Vọng Phu chính hiệu chứ không phải ở một nơi nào khác. Chị Trực con bác tôi, hăng hái bảo:

- Núi Vọng Phu của mình mới là núi Vọng Phu thật nè, còn mấy chỗ kia là… giả.

Đá chồng lên đá, đá từ chân núi lên đến đỉnh núi rồi rải rác tỏa đi quanh các khu đất gần đó, kéo dài ra tới biển, quê tôi gọi đó là Gành. Và chính tại nơi đây, lần đầu tiên tôi nghe được câu chuyện cổ tích cười ra nước mắt: *Dí chó thá mèo đừng trèo hòn đá gãy cày của tao*. Nhưng đá quê tôi không biết cười cũng không có bụng chứa đầy vàng. Đá chỉ là đá, ôm nặng một nỗi đau câm nín giữa thiên nhiên bất tận. Dãy Trường Sơn huyền thoại, sau khi cất giấu tinh tuý trên đỉnh Hoàng Liên Sơn oai phong hùng vĩ, sau khi điểm tô cho ngọn Ba Vì, dãy Hồng Lĩnh thêm phần quyến rũ, đến Quảng Nam thì trút hết tinh lực cuối cùng cho đèo Hải Vân trở thành Nam Thiên Đệ Nhất Động, vì thế khúc luân vũ lãng mạn và buổi dạ tiệc linh đình trước khi soải bước về phương Nam đã biến thành giấc mộng hồn đá vô cảm.

Ôi chao! Quê nghèo ơi quê nghèo! Xã Cát Khánh có 14 làng thì làng của chúng tôi là nghèo nhất. Xã Cát Khánh có ba phần núi bốn phần biển thì làng tôi đã ôm trọn chân núi Bà nơi cuối gầm trời tỉnh Bình Định. Làng tôi nằm sát chân núi Bà, gọi là Phú Long, vì nó chỉ 'phú' có cây xương rồng mà thôi. Bạn sẽ không thấy nơi đâu có nhiều cây xương rồng đến thế. Xương rồng mọc từ cát lên, đủ loại, có loại thân nhỏ, hoa màu hồng, có loại thân lớn thẳng đứng, hoa màu trắng, có loại thân là những tấm to như bàn tay nối kết tiếp nhau và chúng tôi gọi là Lưỡi Long. Lưỡi Long có hoa màu đỏ và tất cả các loại xương rồng đều có trái tròn nhỏ, màu đỏ, ăn có vị ngọt. Tất cả những đứa trẻ quê tôi đều đã từng ăn những trái xương rồng như thế giữa những ngày hè cháy bỏng khi chúng tôi vào rừng hái củi. Chúng tôi vào đó để đào khoai nhổ sắn, lùng hái trái cây rừng. Rừng quê tôi còn có loại trái cây đặc biệt gọi là trái chân chim, trái chân chim chín màu đỏ, ăn ngọt. Loại hoa đặc biệt gọi là hoa dủ dẻ, mùi thơm như chuối chín, ngào ngạt khắp rừng, chúng tôi thường vào rừng hái đầy nón đem về thơm phức cả nhà.

Tôi đi quanh: từ Núi Bà qua Hố Kín, rồi qua Truông rồi trở ra rừng, qua Đình. Thế là hết làng tôi. Nhỏ bé, xơ xác nghèo! Ôi chao! Thế mà tại sao xưa kia tổ tiên chúng tôi lại chọn nơi này làm đất sống? Ba tôi từng nói: Tổ tiên xưa kia ở ngoài Bắc, sau một lần quốc biến, vì trốn tránh sự đuổi bắt của quan quân nên mới vào trú ẩn nơi đây. Em tôi hỏi: - “Vậy là dòng họ Cao Thắng hay Cao Bá Nhạ?” Tôi nói đùa: - “Hay Cao Biền?” Chị tôi nạt: - “Không được nói bậy!” Tôi lè lưỡi trợn mắt rồi vội trốn sau lưng ba để tránh cái cú đầu của mẹ.

Theo Ba tôi kể lại, tổ tiên chúng tôi vào ẩn ở đây, sau một thời gian dần dần ổn định. Đến đời ông cố tôi, cố muốn cho con cái đi học để phục hồi nề nếp gia phong nhưng vì còn nghèo quá nên không thực hiện được. Đến đời ông nội tôi, có lẽ gia đình họ Cao đã trở thành một gia đình khá giả trong làng. Một bác họ tôi được gọi là Xã Tam có ngôi nhà lớn nhất làng. Ông nội tôi có bốn con trai, ba con gái. Không quên ý nguyện của cha, ông nuôi chí cho con trai đi học. Bác Cả và chú Bảy tôi học xong Primaire thì xin đi dạy học, lúc đó vẫn thường gọi là ông Trợ, ông Giáo; ba tôi vào Qui Nhơn học tiếp lấy bằng Diplome, sau khi tốt nghiệp được bổ đi làm một chức phán quan tại Tòa Khâm Sứ ở Huế, một chức quan Phán mà nhà thơ ở đất Vị Xuyên từng mơ ước:

Nào có ra gì cái chữ nho,
Ông nghè ông cống cũng nằm co.
Thà rằng đi học làm quan phán
Tối rượu sâm banh sáng sữa bò.
(Chữ Nho- Trần Tế Xương)

Sau khi ba tôi Vinh Quy về làng, ông nội tôi đã tổ chức ăn mừng ba ngày ba đêm liền, sau đó ông bỏ tiền ra xây ngôi đình làng để tạ ơn Thần Thành Hoàng.

Đình là nơi sinh hoạt văn hoá của làng. Nơi đó cách đây hơn năm mươi năm, bọn trẻ chúng tôi đã tụ tập ở đó, chơi đùa múa hát. Lịch sử học cấp một của tôi phần lớn là học ở Đình, ở Hố Kín và ở Truông, nơi có những tàng cây um tùm che kín cả bầu trời. Đây cũng là nơi dân làng thường lên trú ẩn mỗi khi có tàu Pháp đổ bộ vào cửa biển Dégi vượt qua rừng Càn, vào làng tôi bắn giết, đốt nhà, cướp của, bắt heo, bắt gà… Chúng tôi ở đó chơi những trò chơi lãng mạn của đám trẻ con, trong khi người lớn thì sợ hãi, lắng nghe tiếng súng nổ để đoán xem mức độ tàn phá của kẻ thù, hoặc nhìn những cột khói đen bốc lên cao oằn oại như một cơ thể đang cố chống chọi với thần lửa, để đoán xem nhà nào đã bị làm mồi cho kẻ địch, cho những tên lính Lê Dương không có tính người. Những trận càn của Pháp như thế thường kéo dài từ sáng tới chiều, và trước khi bỏ đi chúng còn cố bắn vài đợt súng rời rạc như một lời đe doạ sau cùng, lúc đó chúng tôi vội vã thu dọn đồ đạc trở về nhà.

Kẻ thù đã bỏ đi để lại cho chúng tôi những ruộng vườn xơ xác, nhà cửa bị tàn phá, tài sản bị cướp sạch, có người bị giết, có người bị thương, có cô gái bị hại… Ôi chao! Làng tôi nghèo lại càng nghèo, càng chất chứa nhiều bi thương hơn. Thảm kịch của chiến tranh đã đẩy dân làng tôi vào bi kịch kép của con người và thời cuộc, của thiên nhiên và phận đời.

Đình đã bị bom napalm đánh sập năm 1970. Mới đây chính quyền tỉnh đã chấp nhận trùng tu và công nhận đó là di tích văn hoá của làng.

Ai về Phù Cát quê tôi,
Lưỡi long dứa dại, núi đá giăng ba bề.

Làng tôi nghèo, xưa kia nghèo, giờ vẫn còn nghèo. Câu nói "Chó ăn đá gà ăn cát" phải xuất phát từ quê tôi mới đúng. Dân làng phải tha phương cầu thực. Trai trẻ phải bỏ làng đi làm ăn xa, chỉ có người già ở lại làng mà thôi. Làng tôi theo nghề nông nhưng ở sát cửa biển Dégi nên dân làng vừa có khả năng cầm cuốc vừa có thể đi biển, vì vậy trai làng tôi hoặc lên cao nguyên lập nghiệp, hoặc phiêu lưu mạo hiểm vào Cam Ranh, Bình Châu theo nghề đi biển và đã chịu không ít rủi ro hiểm nghèo. Những kẻ có khả năng hơn thì cho con vào Sài Gòn học tập. Con trai của chị Hai tôi vào Sài Gòn học xong bác sĩ, về miền Nam lập nghiệp, gởi tiền về cho mẹ xây ngôi nhà thờ lớn nhất làng. Gia đình chị Ba đi định cư ở Mỹ cũng gởi tiền về cho con gái xây nhà thờ lớn nhất ở làng bên cạnh…

Hiện nay có công ty khai thác đá ở làng tôi. Nhưng đá khai thác rồi chở đi đâu? Quê tôi trước thì nhà tranh vách đất, nay thì nhà tole vách gạch. Khi đi thăm mồ mả tổ tiên, chúng tôi dừng lại trước ngôi mộ của ông cố tôi. Trưởng tộc của chúng tôi bảo: Ngôi mộ này được làm bằng một loại đá đặc biệt: lá bời lời đem giã nhỏ làm thành một loại keo kết dính trộn với đá vôi. Hơn trăm năm đã trôi qua, ngôi mộ vẫn vững như bàn thạch. Và tôi tự hỏi: Tại sao trước kia người ta không áp dụng kỹ thuật này để xây nhà ở thay cho nhà tranh vách đất? Có lẽ vì quá công phu và tốn kém quá chăng? Ông cố tôi sống tới 102 tuổi nên được vua Tự Đức ban cho chữ Thọ. Vì có vinh dự này nên ngôi mộ được xây bề thế hơn những ngôi mộ khác. Trước mộ có dựng một bia lớn có khắc chữ Thọ rất trang trọng. Người thời bấy giờ vẫn gọi là Mộ Ông Bách Tuế.

Hiện nay làng tôi đã có một nhà thờ. Nhà thờ thường mọc lên ở những vùng đất mới, nơi nào có chợ có trường học là có nhà thờ. Vậy mà từ đời Chúa Trịnh đến nay, hơn mấy thế kỷ truyền giáo ở nước ta, đến cuối thế kỷ XX, một nhà thờ nhỏ mới mọc lên ở đầu ngõ quê nghèo của tôi.

Tôi phải cám ơn quê tôi, vì đó là nơi tổ tiên chúng tôi đã chọn làm chốn dung thân để dòng tộc được lưu truyền. Đó cũng là nơi mẹ đã dẫn mấy chị em chúng tôi tìm về tổ ấm để nương náu trong những ngày tháng sóng gió của thời cuộc. Cám ơn quê nghèo vì đó là nơi chúng tôi thỉnh thoảng tìm về để thấy lòng ấm lại, để thấy mình mạnh mẽ hơn. Loài cây mọc lên từ cát đá có sức sống mãnh liệt, con người sinh ra từ nơi đói nghèo sẽ là những người dũng cảm cương nghị, sẵn sàng đương đầu với sóng gió bất thường. Như những đoá hoa xương rồng bé nhỏ kia, dù cho suốt đời tắm đẫm trong cái nắng chói chang của đá và cát, vẫn giữ được trọn vẹn vẻ đẹp rực rỡ tươi nguyên ngay giữa trưa hè nắng cháy.

Cám ơn quê đã cho tôi những ngày tháng tuổi thơ tuy không êm đềm nhưng đầy tiếng cười hồn nhiên trong sáng.

Núi Bà - Phù Cát, Bình Định

Họp mặt gia đình năm 2002

Liên lạc Tác giả
Cao Thu Cúc
cucthcao@gmail.com

Liên lạc Nhà xuất bản
Nhân Ảnh
han.le3359@gmail.com
(408) 722- 5626

www.ingramcontent.com/pod-product-compliance
Lightning Source LLC
Chambersburg PA
CBHW051227210726
48290CB00003B/841

* 9 7 8 1 9 9 0 4 3 4 3 1 0 *